நாளைக்கு வரும் கிளிகள்

பிரபஞ்சன்

டிஸ்கவரி பப்ளிகேஷன்ஸ்

எண்: 9, பிளாட் எண்: 1080A, ரோஹிணி பிளாட்ஸ்
முனுசாமி சாலை, கே.கே.நகர் மேற்கு,
சென்னை - 600 078. பேச: 99404 46650

வெளியீட்டு எண்: 0125

நாளைக்கு வரும் கிளிகள் (சிறுகதைகள்)
ஆசிரியர்: **பிரபஞ்சன்**
பிரபஞ்சன் அறக்கட்டளை©

NAALAIKKU VARUM KILIGAL
Author: **Prapanchan** ©

Discovery 1st Edition : Sep - 2023
160 Pages
Print in India
ISBN: 978-93-91994-82-2
Rs.220

Publisher • Sales Rights

Discovery Publications	**Discovery Book Palace (P) Ltd**
No. 9, Plot,1080A, Rohini Flats, Munusamy Salai, K.K.Nagar West, Chennai - 78. Tamilnadu, India. Mobile: +91 99404 46650	No. 1055-B, Munusamy Salai, K.K.Nagar West, Chennai-600 078. Ph: (044) 4855 7525 Mobile: +91 87545 07070

discoverybookpalace@gmail.com / www.discoverybookpalace.com

இந்த நூலில் பிரசுரமாகியுள்ள எந்த ஒரு பகுதியையும் எழுத்துபூர்வமான முன்அனுமதி பெறாமல் எடுத்தாள்வதோ, மறுபிரசுரம் செய்வதோ, மொழியாக்கம் செய்வதோ, ஊடகங்களில் மறுபதிப்புச் செய்வதோ, காப்புரிமைச் சட்டப்படி தடை செய்யப்பட்டுள்ளது. இந்த நூலிலிருந்து சில பகுதிகளை மேற்கோள்காட்டி நூல்அறிமுகம் செய்யலாம்.

உங்கள் மொபைல் போனிலிருந்து ஸ்கேன் செய்து 'டிஸ்கவரி புக் பேலஸ்' மொபைல் ஆப்பை டவுன்லோடு செய்து, புத்தகங்களை வாங்குங்கள்.

பதிப்புரை

பிரபஞ்சன் எனும் புனைபெயரில் எழுதிய சாரங்கபாணி வைத்திலிங்கம், பிரஞ்சியர் ஆண்ட புதுச்சேரியில் 27.04.1945ல் பிறந்தவர். பள்ளிக் கல்வியைப் புதுச்சேரியிலும், தஞ்சைக் கரந்தைத் தமிழ்ச் சங்கத்தில் புலவர் கல்வியும் கற்றவர்.

1961ஆம் ஆண்டு அவரது முதல் கதை பிரசுரம் கண்டது. 2017 வரை அவர் எழுதிய சிறுகதைகளில் 16 கதைகள் தேர்ந்தெடுக்கப்பட்டு 'நாளைக்கு வரும் கிளிகள்' எனும் தொகுதியாக இப்போது வெளிவருகிறது.

பிரபஞ்சன் கதைகள், மானுட மகத்துவம் பேசுபவை. சாதாரண மனிதருக்குள் புதைந்து கிடக்கும் பரிவை, அருளை, நியாய உணர்வை, ஒரு சினேகிதனின் நெகிழ்ந்த தொனியில் சொல்பவை. ஊற்றுநீர்போலக் கனிந்து, சந்தர்ப்பங்களில் வெளிப்படும் மனிதர்களின் அரிய மானுடத் தருணங்களை இனம்கண்டு, கலாபூர்வமாக விளம்புபவை அவரது கதைகள். பகை, வெறுப்பு, துவேஷம் எதுவுமற்ற மனம் கொண்ட ஈரத் தமிழ்க் கதைசொல்லியான பிரபஞ்சன், தன் காலத்துப் புனைவைச் செழுமைப்படுத்திய எழுத்தாளர். வரலாற்று நாவல் துறையில் ஒரு புதிய பாதை வகுத்தவர்.

கட்டுரைகள், நாடகம் என சமூக இலக்கியத்துறையில் தொடர்ந்து இயங்கிவந்த பிரபஞ்சன் 21.12.2018ல் மறைந்தார்.

தமிழ் இலக்கியத்தில் பிரபஞ்சனின் எழுத்துகள் பொக்கிஷங்களாகப் பாதுகாக்கப்பட வேண்டும். அவரின் சிறுகதைகளை 'டிஸ்கவரி பப்ளிகேஷன்ஸ்' நிறுவனம் மூலமாக வெளியிடுவதில் பெருமை கொள்கிறோம்.

- **மு.வேடியப்பன்**

(2017ஆம் ஆண்டு பிரபஞ்சன் எழுதிய முன்னுரை)

நான் நிறைவுகொள்ளும் நாள் இது

சிறுகதை என்கிற வடிவம் மிகவும் அழகியது. நுணுக்கமும் ஆழமும் கூடி வாழ்வைத் துலக்கமுற உரைப்பது சிறுகதை. வாழ்வையும், வாழ நேர்ந்த மனிதர்களின் அசலான பிம்பத்தை மிகக் குறுகிய பக்கங்களிலும் வார்த்தைகளிலும் சொல்லிவிடக்கூடிய வடிவமும் அதுவே ஆகும்.

ஒரு மொழியின் பெருமைகளில் ஒன்று கதை. கதைகளை உடைய மொழிகள், காலத்தைக் கைப்பிடித்து யுகங்கள் தாண்டியும் மனிதகுலத்தை அடுத்த பரிமாணத்துக்குக் கொண்டு சேர்க்கின்றன. கதைகள் கதைகளாக மட்டுமே இருந்து பல உள் வினைகள் ஆற்றுகின்றன. அது எதையேனும் சொல்லிக்கொண்டு நிற்கிறதா? இல்லை... அது ஓடிக்கொண்டே இருக்கிறது. ஆனால், அது பேசிக்கொண்டும் இருக்கிறது. நாம் கேட்க நம்மைச் சித்தப்படுத்திக்கொண்டால், ஆற்றிடமிருந்து நிறைய விஷயங்கள் நம்மால் நிரப்பிக்கொள்ள முடியும். நல்ல கதை என்பது ஆறு போன்றது. கதைகள் எப்போதும் இறந்தகாலத்திலேயே சொல்லப்படுகின்றன.

ஏன் எனில், இது இவ்வாறு நிகழ்ந்தது என்பதைக் கதை சொல்கிறது. ஆகவே, கதைகள் இறந்தகாலத்தில் நிகழ்கின்றன. இறந்தகாலம் என்றால், இல்லாமலே ஆன காலம் என்று அர்த்தம் ஆகாது. (தமிழ் இலக்கணம், இறந்ததைத் தழுவி எச்சத்தையும் பார்க்கச் சொல்கிறது.)

நினைவுக் கிடங்கிலிருந்து வெளிவரும் ஒரு சம்பவம் சொற்களாகவே வெளியே வருகிறது. பதிந்துபோயிருந்த அந்தச் சம்பவம் 'நேற்று' நடந்தது. முடிந்ததா என்றால், இல்லை. எதுவும் முடிந்துபோவது இல்லை. முடிந்தது என்று நாம் நினைப்பது ஏதோ ஒரு உருவில் இன்றும் தொடர்கிறது; நாளையும் தொடரும். ஆக, கதைகள் மூன்று காலத்தையும் உள்ளடக்கியவை. அ-காலம் என்று ஒன்றையும் உள் கொண்டது கதை.

எழுதப்பட்ட காலத்திலும் அது கடந்தும் கதைகள் பேசிக்கொண்டே இருக்கின்றன. சங்க வாசகனுக்குத் தொனித்த ஒரு கதை, சோழர் காலத்து வாசகனுக்கு வந்து சேரும்போது, புது அர்த்தம் கொள்கிறது. இன்றைய வாசகனுக்கு, அது இன்னுமொரு அனுபவத்தைத் தரக் காத்திருக்கிறது.

இலக்கியத்தின் தன்மை என்பது இதுதான். நல்ல படைப்பிலக்கியம் காலம் கடந்து ஜீவித்துக்கொண்டே இருப்பதன் சூட்சுமம் இதுதான்.

நல்ல விஷயமாக என் பள்ளிப்பருவக் காலத்திலேயே புதுமைப்பித்தன் கதைகள் வாசிக்கும் நிலை வாய்த்தது. கல்லூரிக் காலத்தில் தி.ஜானகிராமனை, எம்.வி.வெங்கட்ராமனை வாசிக்கவும், சந்தித்து உரையாடவும், நட்புக் கொள்ளவுமான வாய்ப்புகள் கிடைத்தன. தஞ்சை பிரகாஷின் மாபெரும் நூலகம் வாசிக்கக் கிடைத்தது, என் பேறு.

புதுச்சேரியில், இன்று ரோமெண்ட் ரோலன் என்ற பெயரில் இயங்கும், அருமையான நூலகத்தில் இருந்த பிரஞ்ச் மற்றும் ரஷ்ய இலக்கியங்களின் தமிழ் மொழிபெயர்ப்புகள், படைப்பிலக்கியத்தின் பல சாகைகளை, பல கோணங்களை, பல பார்வைகளை எனக்கு அளித்தன. 'தொடர்ந்த வாசிப்பு, எழுதுபவர்களுக்கு இருக்க வேண்டியது மிக அவசியம்' என்று வாழ்நாள் முழுக்க சொல்லிக்கொண்டே இருந்தார் க.நா.சு.

அதேபோல, 'தொடர்ந்து எழுதிக்கொண்டும் இருக்க வேண்டும்' என்பார் க.நா.சு. 'தொடர்ந்து தினம்தோறும் எப்படி எழுத முடியும்?' என்று, அவர் புதுவை பல்கலையில் பணிசெய்ய வந்திருந்தபோது கேட்டேன். உடனே அவர், 'முடியாதுதான்... முடியாதபோது, மொழிபெயர்ப்பு செய்யுங்கள்!' என்றார். மொழி ஆக்கம் மூலம், அவர் தமிழுக்குச் செய்த பணியைத் தமிழர்கள் மறக்கக் கூடாது.

1961-ல் என் எழுத்து பிரசுரம் கண்டாலும், 1970-களுக்குப் பிறகே சிறுகதைகள் எழுதுவதில் நான் ஈடுபட்டேன். இத்தனை ஆண்டுகளில் உங்கள் கைகளில் உள்ள கதைகளை என்னால் எழுத முடிந்துள்ளது.

2017-வரை நான் எழுதியிருக்கும் கதைகளின் ஒரு தொகுதி இது. நூல் உருவாக்கத்தில் உழைப்பை நல்கியதோடு, இந்தத் தொகுதிகளை அழகாகவும் செறிவாகவும் வெளியிட்டிருக்கும்,

நண்பர் திரு.மு.வேடியப்பன் அவர்களுக்கு இந்த நேரத்தில் என் மனம் நிறைந்த நன்றியையும் அன்பையும் தெரிவித்துக் கொள்கிறேன்.

இந்தத் தொகுப்புகள் வெளிவந்த இன்று என் 73 வயதில் பிரவேசிக்கிறேன். 27.04.1945-ல் பிறந்து, 1961 முதல் 55 ஆண்டுகளாக எழுதிக்கொண்டிருக்கும் என் மேல் தமிழ்கூறும் நல்லுலகம், நண்பர்கள், வாசகர்கள் கொண்டிருக்கும் அன்பை, நட்பை அவர்கள் இணைந்து நடத்தும் என் பாராட்டு / நூல் வெளியீட்டு / பரிசளிப்பு விழா நிகழ்ச்சிகள் எனக்கு மன நிறைவைத் தருகின்றன. இதற்கென உழைத்த என் அன்பு இலக்கிய உலக வாசகர்களை நினைக்கையில் என் மனம் ஈரம் கொள்கிறது. தமிழர்கள், தம்மை நேசிக்கும் இன்னொரு தமிழனை எப்போதும் நினைவு கொள்வார்கள் என்பது மீண்டும் நிரூபணம் ஆகி இருக்கிறது. என்னைப் பாராட்டுவது என்பது, இப்போது எழுதத் தொடங்கி இருக்கும் எழுத்தாளர்களைக் கௌரவிப்பது என்றே பொருள் கொள்ள வேண்டும்.

என் அன்பு வாசகர்கள் காலந்தோறும் தோன்றிவரும் கலைஞர்கள் எழுத்தாளர்களைக் கௌரவித்தபடி இருக்க வேண்டும் என்பதே நான் கூற விரும்பும் இந்த நாள் செய்தியாகும். தேவையான நேரம் அளவாகப் பெய்யும் மழையாக நாம் இருப்போம்.

சென்னை - தமிழ்நாடு
2017

தோழமையுடன்,
பிரபஞ்சன்

பொருளடக்கம்

1. மூவர் 09
2. அமைதி தவழும் நாடு 18
3. இது ஒரு வித்தியாசமான காதல் 23
4. இரண்டு நண்பர்களின் கதை 28
5. ஈரம் 37
6. கிம்ஸ் 59
7. சட்டை 68
8. நாளைக்கு வரும் கிளிகள் 75
9. நீரதன் புதல்வர் 83
10. பரமு மாமாவுக்கு 93
11. பிந்து 99
12. மழை 110
13. மனிதர்கள் 124
14. மிதிப்பாளர்கள் 134
15. வனமல்லி 143
16. பங்காளிகள் 154

மூவர்

கிள்ளிக்கு பிறந்த நாள் வந்தது. அவன் தந்தை அவனுக்கு ஒரு மவுத் ஆர்கன் பரிசளித்தார். பற்றிக்கொண்டு எரிவது மாதிரி பளபளப்பு. அதன் இரண்டு பக்கமும் இருந்த பிளேட், காக்காய் பொன் மாதிரி மின்னியது. கிள்ளி அதைக் கையில் வைத்துக் கொள்ளும்போது, ஒரு புறாக் குஞ்சைக் கையில் வைத்துக் கொள்வதுபோல மென்மையாக உணர்ந்தான்.

ஒழுங்கான பல்வரிசை மாதிரி, மவுத் ஆர்கனின் பள்ளம், அழகான அடுக்காகக் காணப்பட்டன. திருப்பிப் பார்த்தான். மீண்டும் மீண்டும், திருப்பித் திருப்பிப் பார்த்தான். என்ன அற்புதம் இது? சும்மா வெறும் காற்றை, வாய் வழியே ஊதினால், கீழே இருந்து பாட்டு வருகிறது. அது எப்படி? எங்கே ஒளிந்திருக்கிறது பாட்டு?

கிள்ளி, மவுத் ஆர்கனைன் தன் சட்டைப் பையில் வைத்தான். அவன் சட்டைப் பையை விடவும், நீளமாகத் துருத்திக்கொண்டிருந்தது. அது குனிந்தால் தாடையிலும் இடித்தது. அவன் கைவிரல் சாணில், இரண்டு சாண் நீளம் இருந்தது. இடிக்காமல் இருக்குமா? கால்சட்டைப் பையில் வைத்துக்கொண்டான், என்றாலும் முயல்குட்டி மாதிரி எட்டிப் பார்த்தது, அது. அப்படித் தெரிந்தது பெருமையாக இருந்தது அவனுக்கு.

எதிரில் இருந்தது, தோட்டம். பெரிய தோட்டம் பெரியவர்கள் எல்லாம்கூட உலாவவும், காற்று வாங்கவும் அங்கு வருவார்கள். அவன் அங்குப் போய்,

காலியாக இருந்த ஒரு பெஞ்ச்சில் அமர்ந்துகொண்டான். அப்போது, மிகப் பிரபலமாக, எல்லா இடத்திலும் ஒலித்துக்கொண்டிருந்த, இந்திப் பாட்டை மவுத் ஆர்கனில் பாடிவிட வேண்டும் என்று நினைத்துக்கொண்டான். அந்த இந்திப் பாட்டு, ஓ. பி நய்யார் இசை அமைத்த பாடல். அவனுக்கு இந்தி தெரியாதே என்றாலும் என்ன? இந்திக்குப் பதிலாகத் தமிழ் வார்த்தைகளைப் போட்டு ஏன் பாடக்கூடாது? வார்த்தைகள்கூடத் தேவைப்படாதே. வெறும் லல்ல என்றுகூடப் பாடலாம்தான். வாய்ப்பாட்டா, என்ன? மவுத் ஆர்கன்தானே என்றவாறு, மனசுக்குள் அந்தப் பாட்டை வருவித்துக்கொண்டான்.

பட்டாம்பூச்சி ஒன்று செடிகளைச் சுற்றிக்கொண்டிருந்தது. ஒரு செடியில் அமர்வதும், அப்புறம் மற்ற ஒன்றின் மேல் உட்கார்வதுமாக இருந்தது அது. சிவப்பு, மஞ்சள், கறுப்பு என்று கண்ணைக் கட்டிப் போடுகிற நிறங்களில் இருந்தது அது. அதை வேடிக்கை பார்த்துக்கொண்டே இருந்தான். மனசுக்குள் பாட்டைக் கட்டினான்.

"ஆங் தே... தே... தி, த தா வா... த
நா நா நா, தத நா நா தா..." என்பதாக இருந்தது அது.
இசைக்கு வார்த்தைகளைப் போட்டுப் பார்த்தான்.
"நீ வா வா வா... வராவிட்டாலோ
நானேதான் வரு வே னே..." என்று சிரமப்பட்டு, வார்த்தைகளைப் போட்டுக்கொண்டு வாசிக்கத் தொடங்கினான்.

பாதையில் போகிறவர்கள், திரும்பிப் பார்த்தார்கள். இரண்டு பேர், அவன் இருந்த பெஞ்ச் பக்கம் வந்து நின்றார்கள். தோட்டத்துச் சருகுகளைச் சேகரித்துக்கொண்டிருந்த தோட்டக்காரர்கூட, அவனை ஆச்சரியமாகப் பார்த்துக்கொண்டிருந்து விட்டு, பிறகு வேலையைத் தொடங்கினார். அவனுக்குப் பெருமையாக இருந்தது. அந்தப் பாட்டு வந்து விட்டதாகவே அவன் நினைத்தான். அந்தப் பாட்டை ஓ. பி நய்யார் மாதிரியே நான் வாசிக்கிறதாக அவன் நினைத்தான். அந்தப் பெருமித உணர்வுடன் வாசித்து முடித்துவிட்டு, அவன் மவுத் ஆர்கனை வாயிலிருந்து எடுத்தான். இரண்டு பேரில் ஒருவர் கேட்டார்.

"என்ன பாட்டு, தம்பி அது?"
அவன் சொன்னான்.

அவர், "ஓகோ" என்றார், மற்றவர், "அந்தப் பாட்டை அப்படியும் வாசிக்கலாம்போல" என்றார்.

அவன் தந்தை, தெருத் திண்ணையில் அமர்ந்து புகை பிடித்துக்கொண்டிருந்தார். அவருக்கு, இரவு சாப்பிட்டானதும் புகை பிடிக்க வேண்டும். ரம்மியமான புகையால் திண்ணையை மெழுகிக்கொண்டிருந்தார். அவர், அவன் தாயார், வாசலில், பாத்திரங்களைத் துலக்கிக்கொண்டிருந்தாள். தம்பி தூங்கிக்கொண்டிருந்தான்.

தாயின் எதிரில் அமர்ந்து, அவள் வேலை செய்வதைப் பார்த்துக்கொண்டிருந்தான், கிள்ளி திரும்பிப் பார்த்தாள் அம்மா.

"என்ன பத்து வரைக்கும் முழிச்சுக்கிட்டு, தூங்கப் போகலையா?" என்று கிள்ளியிடம் கேட்டாள் அம்மா.

"தூக்கம் வரலை"

அவள் சிரித்தாள்.

"தூக்கம் வரலையா? ஏதாவது புத்தகத்தை எடுத்துப்படி, உடனே தூக்கம் வருமே"

"போம்மா"

கிள்ளி எழுந்து, அறைக்குள் சென்று, மவுத் ஆர்கனை எடுத்துக்கொண்டு வந்து, அதே பாட்டை வாசிக்கத் தொடங்கினான்.

"ராத்திரியில ஊதாதடா, கிள்ளி"

"ஏம்மா?"

"ஊதக்கூடாதுன்னு பெரியவங்க சொல்லுவாங்க..."

"அதுதான் ஏனாம்?"

"பூச்சி பொட்டு வரும்னு சொல்லுவாங்க."

"பூச்சின்னா?"

சட்டென்று வாயில் இருந்த மவுத் ஆர்கனை எடுத்துவிட்டான் கிள்ளி.

"பாம்பா?"

அவனுக்குத் 'திக்'கென்றது. தாயாரின் வெகு அருகில் வந்து அமர்ந்துகொண்டான். சுற்று முற்றும் பார்த்துக்கொண்டாள். தம் வீட்டிற்குள், பாம்பு வர முடியாது என்று நினைத்துக்கொண்டான்.

"நம்ம வீட்டுக்குள்ளே பாம்பு வருமாம்மா?"

"ஊகூம், வராது. அதெல்லாம் காடு, பூங்கா மாதிரி இருக்கப்
பட்ட இடங்கள்லேதான் வரும்"

சாயங்காலம், தான் தோட்டத்துக்குப் போய் வாசித்தது
நினைவுக்கு வந்தது.

"அம்மா! இன்னைக்குத் தோட்டத்துக்குள்ளே போய் மவுத்
ஆர்கன் வாசிச்சேனே..."

"ஐயையோ... இனிமே அப்படிச் செய்யாதே"

"நாம் எவ்வளவு பெரிய தவறு செய்துவிட்டோம். அவன்
உறங்கப் போனான். தம்பிக்குப் பக்கத்திலே, அவனுக்குப் பாய்
விரிக்கப்பட்டிருந்தது படுத்துக்கிடந்தான்.

கிள்ளி, தோட்டத்துக்குள் நடந்து போய்க்கொண்டிருந்தான்.
சங்கரைப் பார்க்க வேண்டியிருந்தது. அவனுக்கு. மண்பாதைக்கு
இருபுறமும் செடிகளும், மரங்களும் செழித்துக் கிடந்தன. நேரமோ,
இருட்டிக்கொண்டிருந்தது. திடுக் திடுக்கென்று அடித்துக்கொண்டது
அவன் இருதயம். செடிகளிலோ, புல்லிலோ கொஞ்சம் அசைவு
தெரிந்தாலும் அவன் பயந்தான். சுவர்க்கோழிகள்போல, இனம்
தெரியாத பூச்சிகள் பேசிக்கொண்டிருந்தன. அவன், பயத்தை
விரட்டிக்கொள்ள, பாடத் தொடங்கினான்.

"தேன் உண்ணும் வண்டு
மாமலரைக் கண்டு, திரிந்தலைந்து
பாடுவதேன், ரீங்காரம் கொண்டு."

அவன் குரல், அவனுக்கே மோசமாக ஒலித்தது. திடுமென,
அவனுக்கு முன் ஒரு பெரிய புற்று தோன்றியது. அது கரும்பச்சை
நிறத்தில், விளக்கில் பிடித்த மோதிரக் கல் மாதிரி பளபளப்பாக
இருந்தது. நட்சத்திரங்களைப் பக்கத்தில் வைத்துப் பார்ப்பதுபோல
இருந்தது. பச்சைப் புல் எல்லாம் பற்றி எரிவதுபோல இருந்தது.
அவனுக்குக் கண் கூசியது. அவன் பார்த்துக்கொண்டிருக்கும்போதே,
புற்றுக்குள்ளே இருந்து அதன் பொந்துகளில் ஒன்றில் இருந்து,
கத்தியை உருவி எடுக்கிற வேகத்தில், ஒரு பாம்பு வெளிப்பட்டது.
உரித்த வாழைப்பழம்போல், அதன் உடம்பு இருந்தது. தன் பிளந்த
நாக்கை நீட்டி நீட்டி, இரு புறமும் பார்த்தது அது. முதுகுத்
தண்டு சில்லிட, அடுத்த அடி எடுத்து வைக்கச் சக்தியின்றி
அவன் நின்றான்.

அந்த பாம்பு, திடுமென, கனிவாக மாறியது. அதன் முகம், சிரித்தது. சிநேகிதன் பார்ப்பது மாதிரி பார்த்தது அது.

"கிள்ளி, எங்கே போகிறாய்?" என்றது அந்தப் பாம்பு.

"சங்கர் வீட்டுக்கு"

"6 ஆவது ஏ சங்கர் வீட்டுக்கா?"

"ம்."

"எடுத்து, அந்தப் பாட்டை வாசி."

"எந்தப் பாட்டை?"

"அதான்டா "நீ வா வா வா" என்கிற பாட்டை"

அவன், மவுத் ஆர்கனை எடுத்து வாசித்தான். என்ன அற்புதம் மிகப் பிரமாதமாக அவன் அந்தப் பாட்டை வாசித்தான். சுற்றி இருந்த அந்த மரங்கள், செடிகள் ஆகியவற்றின் இலைகள் எல்லாம் பொன் என்றவாறு இருந்தன. புல்லின நுனிகள் தோறும் ஒரு வைரக்கல்லை ஒட்ட வைத்த மாதிரி, ஒளிர்ந்து கிடந்தது. அது காக்காய்ப் பொன் துகளை வானம் எங்கு பறக்கவிட்டது மாதிரி எங்கு நோக்கிலும் ஜாஜ்வல்யம் வெளிச்சப் பிரவாகம்.

"நன்றாக வாசிக்கிறாய்" என்று பாராட்டியது அந்தப் பொன் தலைப் பாம்பு.

பிறகு பாம்பு அவனிடம் சொல்லியது.

"சரி, போய் வா. பாட்டை நன்றாகக் கற்றுக்கொள். பாட்டு எங்கும் பரவி கிடக்கிறது"

திடுமெனப் பாம்பின் வாயில் ஒரு மகுடி வந்திருந்தது. அது வாசித்தது. மிகவும் அழகாக இருந்தது பாட்டு.

"பிரமாதம்" என்றான், அவன் மீண்டும் மீண்டும் சொன்னான்.

"கிள்ளி, கிள்ளி" என்று அவனைத் தட்டி எழுப்பினாள் அவன் தாய்.

"என்ன உளறல்? என்ன பிரமாதம், பிரமாதம்னு சொன்னியே என்ன அது பிரமாதம்?" என்றாள்.

"ஓ! நாம் இதுவரை கண்டது கனவோ?"

கிள்ளிக்கு அதற்குப் பிறகு உறக்கம் பிடிக்கவில்லை.

மவுத் ஆர்கனை, கிள்ளி எப்போதும், தன்னுடனே வைத்திருந்தான். பள்ளிக்கூடம் போகும்போது அதைப் பைக்குள்

வைத்துக்கொண்டு போனான். விளையாட்டு 'பீரியடில்', அதை எடுத்துச் சக பையன்களிடம் காட்டுவான்.

"ஹை... ஏதுடா..." என்று கேட்டான் கோவிந்து.

"எங்க மாமா ஒருத்தர் ஜப்பானிலே இருக்கார். அவர் வாங்கி அனுப்பி வைச்சார். என் பிறந்த நாள் பரிசு"

"ஜப்பான்லேந்தா?" என்று கோவிந்துவின் கண்கள் விரிந்தன. மகிழ்ச்சியாக இருந்தது கிள்ளிக்கு.

"கொஞ்சிக் கொஞ்சிப் பேசி மதிமயக்கும் வாசிக்க முடியுமா? உன்னால்?" என்றான் ஆல்பர்ட்.

"இப்போதான் கத்துக்கிட்டு இருக்கேன்" என்றான் மேலும், கிள்ளி சொன்னான்.

"ஜப்பான்லேந்து எங்க மாமா, ஆர்மோனியப் பெட்டி அனுப்பி வைக்கப் போறார்."

"என்னது, ஜப்பான் ஆர்மோனியமா!"

"ஆங்..."

பையன்கள் முகம், லேசாக இருண்டன. கிள்ளிக்கு மகிழ்ச்சியாக இருந்தது.

கிள்ளியின் தம்பி, கண்ணன், அவன் மவுத் ஆர்கனைக் கேட்டான்.

"தரமாட்டேன் போடா. நீ உடைச்சுப் போடுவே"

அம்மா, பஞ்சாயத்துக்கு வந்தாள்.

"தம்பிக்குக் கொடுடா... சும்மா ஊதிப் பார்க்கட்டும்."

"முடியாது மவுத் ஆர்கன் கெட்டுடும்."

"கெடாது கொடு"

"மாட்டேன்."

கண்ணன் அழத் தொடங்கினான்.

"குழந்தை! உனக்குப் புதுசா ஒண்ணு வாங்கித் தர்றேன். அண்ணன் மவுத் ஆர்கனை விடவும் பெரிசா..."

கிள்ளி திடுக்கிட்டான். அம்மா, சொல்வதைக் செய்பவள் என்று அவனுக்குத் தெரியும். தம்பிக்கு, தன் பொருளை விடவும் பெரிசா ஒரு மவுத் ஆர்கனா? இந்த யோசனையே அவனுக்குப் பிடிக்கவில்லை.

“இந்தாடா” என்றபடி, மவுத் ஆர்கனைக் கொடுத்தான். சீக்கிரமாகவே வாங்கிக்கொண்டான.

கிள்ளி, படுக்கப் போகும்போது, படுக்கைக்குப் பக்கத்தில் அதுவும் படுத்திருக்கும். மற்றபடி அவன் பையில் இருக்கும். கையில் முளைத்த ஆறாவது விரல் மாதிரி, அந்த மவுத் ஆர்கன் கிள்ளியுடன் ஒட்டிக் கிடந்தது.

சங்கருடன் கடற்கரைக்குச் சென்றான் கிள்ளி. கடற்கரையில் அலைகள் வந்து காலைச் சுற்ற, கிளுகிளுப்பான ஈரச் சுகத்தை ரசித்தபடி நடந்தார்கள். கிள்ளி, மவுத் ஆர்கனில் எதையோ நினைத்துக்கொண்டு வேறு ஏதோ பாட்டை வாசித்துக்கொண்டிருந்தான்.

“எனக்கு மவுத் ஆர்கனைக் கொடுடா, கிள்ளி கொஞ்சம் வாசிக்கிறேன்.”

கிள்ளி கொடுத்தான்.

சங்கர், ஒரு பாட்டை வாசித்தான்.

“என்ன பாட்டு?”

“கல்யாண சமையல் சாதம்”

“ஓகோ... சொல்லிட்டு வாசி.”

“கிண்டல் செய்யறியா? உனக்கு மட்டும் ‘கொஞ்சிக் கொஞ்சி’ வாசிக்க வந்துடுச்சா?”

“கட்டாயம், இன்னும் இரண்டு நாளைக்குள்ளே வருதா இல்லையான்னு பார்.”

கிள்ளியிடம் இருந்து, சங்கர் மவுத் ஆர்கனை வாங்கி வாசித்தான்.

கிள்ளி, கீழே இருந்த ஒரு சிறு கல்லை எடுத்து எறிந்தான். சங்கர் லாகவமாகக் குனிந்துகொண்டான். சங்கர் ஒரு பெரிய கல்லை எடுத்துக்கொண்டு “போடட்டுமா” என்றான்.

“போடு”

போட்டான். கிள்ளி சாமர்த்தியமாக விலகிக்கொண்டான்.

அலைகள், கரைக்கு வந்து திரும்புகையில், நண்டுகளைக் கொண்டு வந்து சேர்த்தன. நண்டுகள், ஈரத்தரையில் புரண்டு புரண்டு ஓடுவது அவர்களுக்கு விளையாட்டாயிருந்தது. வளைக்குள் புகும் நண்டுகளை மறித்து, அவற்றைத் தூக்கிக்

கடலுக்குள் எறியும் விளையாட்டைத் தொடங்கினார்கள்.

கிள்ளி, நண்டை ஓடிப்பிடித்து மண்ணோடும் சேர்த்துக் கடலுள் எறிந்தான். சங்கரும் அப்படியே செய்தான். நண்டுகள் கிடைக்காதபோது, குப்பை, சுண்டல் காகிதம், என்று கையில் கிடைத்ததையெல்லாம் எடுத்து எறிந்தார்கள். சங்கர், கிள்ளியிடம் கடைசியாகச் சொன்னான்.

"என் செருப்பைக் கடாசப் போறேன்"

"செய்வியா?"

"ஏன் செய்யக்கூடாது? செருப்பைத் தொலைச்சுட்டேன்னா, எங்கப்பா புதுசா வாங்கிக் கொடுப்பார்"

"அப்போ கடாசு"

சங்கர், தன் செருப்புகளை ஒவ்வொன்றாகக் கடலில் கடாசினான்.

"கிள்ளி! உன் செருப்பையும் விட்டு எறிடா"

"ஐயோ... என் செருப்பு புதுச் செருப்புப்பா"

"அப்படின்னா, உன் மவுத் ஆர்கனை எறியப் போறேன்."

கிள்ளி கோபம் அடைந்தான்.

"எறி பார்ப்போம்"

"எறிந்துடுவேன்"

"எறிடா பார்ப்போம்"

"சத்தியமா?"

"எறி"

"எறிஞ்சுடுவேன், கடல்லே"

"எறிடா பார்ப்போம்"

"சத்தியமா?"

"சத்தியமாத்தான்"

அந்தக் கணம் எப்படி நடந்ததோ? சங்கர் மவுத் ஆர்கனை பலம்கொண்ட மட்டும் கடலில் வீசி எறிந்தான்.

கிள்ளியின் தந்தை, இரவு உணவு முடித்து, சுருட்டுப் புகைத்துக்கொண்டிருந்தார். இது அவருக்கே மிக இனிமையான நேரம். அவர் சிரிப்பதும், பாடங்களை, மார்க்கைப் பற்றிப்

பேசாத நேரமும்கூட இதுதான். கிள்ளி, அவருக்கு அருகில் போய் நின்றான்.

"என்னப்பா கிள்ளி?"

பொத்தல் பையில் போட்டுக்கொண்டு போனதால், மவுத் ஆர்கன் தொலைந்து போய்விட்டது என்று சொல்ல விரும்பினான் கிள்ளி. அவர், பேசிய தொனியில் அவனுக்கு ஏனோ அழுகை வந்தது. நடந்ததை முழுதும் சொன்னான். அவர் எல்லாவற்றையும் கேட்டுக்கொண்டிருந்துவிட்டுச் சொன்னார்:

"போவுது போ, இதுக்காகவா அழறே?" என்றபடி, அவர் அவனைப் பக்கத்தில் இழுத்து இருத்திக்கொண்டார், சொன்னார்:

"உனக்குப் புதுசா ஒன்று வாங்கித் தர்றேன்"

"என்னைக்கு? நாளைக்கே"

"சரி, நாளைக்கே"

கிள்ளி யோசித்து இருந்துவிட்டுச் சொன்னான்.

"மூணு வேணும்பா"

"மூணு என்னத்துக்கு?"

"ஒன்று தம்பிக்கு. ஒன்று சங்கருக்கு. ஒன்று எனக்கு"

அப்பா, கிள்ளியை அழுத்தமாக அணைத்துக்கொண்டார்.

1994

அமைதி தவழும் நாடு

கோட் ஸ்டாண்டில் மாட்டப்பட்ட சட்டை மாதிரி உறைந்து போய் இருந்தது காலம். மாலை மூன்றுக்கும் மூன்றரைக்கும் இடையே முப்பது நிமிடங்கள்தான் என்று கடிகாரம், பௌதிகம் எல்லாம் சொல்கின்றன. என்றாலும் என் அறைக்குள் நுழைந்த காலம், குளிரில் விறைத்த பிச்சைக்காரன் மாதிரி நகராமல், அசை யாமல் இருந்தது. காற்று சுமுகமாக நுழைந்துவிடக்கூடாது என்கிற எண்ணத்தில், மனித ஜீவன்கள் வாழப்போகின்றன என்கிற எண்ணமே இல்லாமல் கட்டப்பட்ட அந்த அறையில், காற்று எப்போதும், கள்ளக் காதலி வீட்டில் நுழைகிற சோர புத்திரன்போலவே நுழைந்தது. எனினும், வெயிலின் உக்கிரம் போதையில் இருக்கும் போலீஸ்காரன் மாதிரி, அனுமதி இன்றிக் கடுமையாகப் பிரவேசித்தது.

என்னை ஒரு நாளைக்கு ஒரு மணி நேரமாவது நடக்க வேண்டும் என்று டாக்டர் சொல்லி இருந்தார். டாக்டர் நல்ல டாக்டர் என்றே என் நண்பர் சொன்னார். என் உடம்பு குறித்த அக்கறை எனக்கு அன்றைக்கு எழுந்தது. அன்றைக்குப் போய் அது அப்படி நடக்கும் என்று என்னால் கற்பனை பண்ண முடிந்தது இல்லை. எல்லாமே, ஒரு நேர்கோட்டில் ஒழுங்காகச் சொல்லி வைத்தாற்போலவே நடக்கிறது ஆச்சரியம்தான்.

நான் சட்டையை மாட்டிக்கொண்டு, சப்பாத்துகளை அணிந்துகொண்டு புறப்பட்டேன். நடப்பது மட்டும்தான் என் நோக்கம். எனக்குத் திடுமென ஜே. கிருஷ்ணமூர்த்தி ஞாபகம் வந்தது. எதையும் பிரக்ஞையோடு செய் என்று சொன்னது

அது. நடப்பதை பிரக்ஞையோடு செய்யவேண்டும். நடப்போம். பிரக்ஞையோடு நடக்கமாட்டோம் என்பதை அவர் அறிந்து வைத்திருந்தார்.

நான் பிரக்ஞையோடு நடந்தேன். அல்லது அப்படி முயன்றேன். கட்டடங்களின் நிழல், தெருவின் ஒரு பக்கம் வீழ்ந்து கிடந்தது. வெயிலில் அல்லாமல் நிழலில் நடப்பது மிகவும் சுகமாக இருந்தது. ஒரு பெட்டிக் கடையில் "கிங்ஸ்" சிகரெட் வாங்கிப் பற்ற வைத்துக்கொண்டேன்.

உலகம் மிகவும் இனிமைமிக்கதாய் விளங்கியது. ஏனெனில், நான் "கிங்ஸ்" பிடித்துக்கொண்டு நிழலில் நடக்கிறேன். தெரு ஒரு பக்கம் கட்டட நிழலும், மறுபக்கம் மாலை வெயிலுமாக, ஒரு பக்கம் விலகிய சேலைத் தலைப்பை நினைவுறுத்தியது.

தெருக்களில் மாடுகள் நிறைய வாழ்ந்தன. மனிதர்களும்கூட வாழ்ந்தார்கள். அதிகாலையிலும், மதியம் இரண்டு மணி வெயில் நேரத்திலும், இந்த மாடுகள் ஓட்டல்களுக்குப் பால் சப்ளை செய்தன. மடி சுரக்காததினாலோ மனம் இல்லாமையினாலோ, இப்போதெல்லாம் மாடுகள், ஊசி போட்டால்தான் பால் சுரக்கத் தயாராகின்றன. கோனார்கள், டாக்டர்கள் மாதிரி, இந்த நேரங்களில் கையில் சிவப்பு மருந்துகொண்ட ஊசியோடு அலை கிறார்கள். ஊசி போட்டால் பால் சுரக்கும் மாடுகள்.

மாடுகள் வாழ்கின்றதன் அடையாளமாக, தெருக்களில் சாணம் வழியும். ஞாபகப் பிசகாக, அல்லது எதையோ தீவிரமாக யோசித் துக்கொண்டு நடப்பவர்களின் காலை வாரிவிடும், அந்த வழுக்கு சாணம். தெருக்கள் முழுக்க சாணத்தின் முத்திரை காணக்கிடக்கும். சில காய்ந்தவை. சில பசுமை நிறம் மாறாதவை. சாணத்தின் துளி, எதிர்ச்சாரிகளில் இருக்கும் பெட்டிக் கடைகளில் பட்டுச் சிதறி, அங்கு விற்கப்படும் பத்திரிகைகளின் உருவத்திலும் உள்ளடக்கத் திலும் படர்ந்து விளங்கும். சாணங்களின் சூழ்நிலையில் பல காலம் வாழ நேர்ந்ததால், மனிதர்களுக்கு, அது அந்நிய வஸ்து என்றே பேதம் இல்லை.

சர்வம் சாண மயம்!

சாணம், என் சப்பாத்துகளைக் கறைப்படுத்திவிடக்கூடாது என்பதில் நான் விழிப்புடன் இருந்தேன். இருந்தும், அது என் காலணியின் கீழும் ஒட்டவே செய்தது. அடிக்கடி, தெருவின் முகத் தில், என் காலணிகளைத் தேய்த்துச் சுத்தம் செய்துவிட்டே நான்

நடந்தேன். திருவல்லிக்கேணி பெரிய தெருவைக் கடக்கையில், அங்கு, எஸ்.எம். மேன்சனில் என் சினேகிதன் பாலன் இருப்பது ஞாபகத்துக்கு வந்தது. தன் அறைக்கு வருகைதரும்படி ரொம்ப நாளாக அவன் அழைத்துக்கொண்டு இருந்தான். அவனைப் பார்க்கலாம் என்று தோன்றியது. நான் அந்த மேன்சனை நோக்கி நடந் தேன். பாலன் உறங்கி எழுந்த முகத்தோடு இருந்தான். சிகரெட் புகைத்துக்கொண்டு கைலியில் இருந்தான். என்னைப் பார்த்ததும், "வா" என்று வரவேற்றான். கொடியில் இருந்த, துண்டை எடுத்துத் தன் தோள்மேல் போட்டுக்கொண்டான். நான், அவன் கட்டிலில் அமர்ந்தேன். என் சப்பாத்துகளைக் கழற்றிவிட்டு, சுலபம் பண்ணிக்கொண்டேன்.

"மக்கள் கொதித்துப்போயிருக்கிறார்கள்" என்றான்.

"மக்கள் அல்ல. சில தொண்டர்கள். அந்தப் பெயரில் உலவுகிற ரௌடிகள்."

"அப்படியும் சொல்லலாம்."

டீப் பையன் வந்து இரண்டு தேநீர் கிளாஸ்களை எங்கள் கையில் திணித்துவிட்டுச் சென்றான். கழுவப்படாத அலட்சியம் மிகுந்த கிளாஸ்கள்.

அவன் எழுதிய ஆய்வுக் கட்டுரை, ஆங்கில ஏட்டில் வந்திருப் பதைச் சொன்னான். அவன் குழந்தை பேசத் தொடங்கி இருப்பதை, இந்த முறை ஊருக்குப் போயிருக்கும்போது "பா" என்று அவனை அழைத்ததைச் சொன்னான். தன் இனப்புணர்ச்சியில் இருக்கிற நியாயங்களை, பெண்ணியலாளர்கள் பார்வையில் சொன்னான். ஒரு கொள்ளைக்கூட்டம் நடத்திய நிகழ்ச்சிக்கு, காவல் துறைத் தலைவர், கொள்ளையர்க்குக் காவலாக நடந்து வந்ததைச் சொன் னான். மனித வாழ்க்கை, நாளுக்கு நாள் கடுமையாகிக்கொண்டிருப்பதைச் சொன்னான். மனித மரியாதை மட்டும், படுபாதாளத் துக்கு வீழ்ச்சியடைந்ததைச் சொன்னான். சுதந்திரம் வாங்கித்தந்த கட்சியின் ஆத்மா காந்தியிடமிருந்து கோடம்பாக்கத்துக்கு நகர்ந்ததைச் சொன்னான்.

வானத்துக்குக் கீழே இருக்கும் அனைத்தையும் பற்றி நாங்கள் பேசி முடித்துவிட்டோம் என்று எனக்குத் தோன்றியது. நான் காலைப் பத்திரிகையை எடுத்துப் புரட்டினேன். செத்துப்போன எழுத்தால் ஆன, பிணம் போன்ற செய்திகள். சவக்கிடங்கு வாசனை தரும் அந்தப் பேப்பரை வீசி எறிந்தேன்.

"சரி. வெளியே நடக்கலாம்" என்றேன்.

அவன் பேண்ட்டும் சட்டையும் அணிந்துகொண்டு புறப்பட்டான்.

நாங்கள் தெருவுக்கு வந்தோம். தெருத் திருப்பம் நோக்கி நடக்கத் தொடங்கினோம். எங்களுக்கு எதிராக, சில பேர் ஓடி வந்துகொண்டிருந்தார்கள்.

"ஏன் இவர்கள் ஓடுகிறார்கள்?" என்று நான் பாலனிடம் கேட்டேன்.

"ஏதாவது கலவரமாக இருக்கும்" என்றான் அவன்.

திடுமென, தெருவின் இரு பக்கத்துக் கடைகளின் "ஷட்டர்கள் பெரும் சத்தத்துடன் கடைக்காரர்களால் சாத்தப்பட்டன. மரத் தடுப்புக் கதவுகள் இருக்கிற கடைகள், வேகம் வேகமாகப் பொருத்தப்பட்டன. நாங்கள் தயங்கியபடியே முன்னோக்கி நடந்துகொண்டிருந்தோம். திருப்பம் வருமுன்னால், ஒரு கும்பல், கையில் தடி, செயின், இரும்புக் கட்டை முதலான ஆயுதங்களுடன் எங்கள் முன் தோன்றியது. ஒரு பெரிய சத்தம், குழப்பமாக எழுந்தது. "ஓடு ஓடு" என்று கட்டளை இட்டாற்போல, யாருடைய குரல்போல இருந்தது. அந்தக்கும்பலில் இருந்து புகை எழுந்தது. டின் டின் னாகப் பெட்ரோல் போலும் பொருள்களை அவர்கள் வைத்துக்கொண்டிருப்பது தெரிந்தது.

நான் பாலனைத் திரும்பிப் பார்த்தேன். சற்று தூரத்தில் அவன் ஓடிக்கொண்டிருந்தான்.

கும்பலில் இருந்து குபுக்கெனக் கரும்புகை எழுந்தது. சுருண்டு சுருண்டு தொழிற்சாலைப் புகைபோக்கியிலிருந்து வெளியேறுவது மாதிரி, பெரிய அடர்த்தியில் வெளிப்பட்டது. கும்பல் சிதறி ஓடியது. ஒரு மனிதன், எரிந்துகொண்டே, அந்தப் புகை நடுவில் இருந்து வெளிப்பட்டான். ஆறடித் திரி ஒன்று எரிவது மாதிரி, கைகளைச் சிலுவைபோல விரித்துக்கொண்டு என் பக்கம் பார்த்து ஓடிவந்தான். மனிதன் ஒருவன், நடுத்தெருவில் எரிந்துகொண்டிருந்த காட்சி என்னை விதிர்விதிர்க்கச் செய்தது.

நான் ஓடத் தொடங்கினேன். இலட்சியம் இல்லாமல் ஓடி னேன். எனக்கு முன் தெரு நீண்டுகொண்டே ஓடியது. என் பக்க வாட்டிலும், எனக்கு முன்னாலும் பலர் ஓடிக்கொண்டிருந்தார்கள். நான் பாலனை அவதானித்தேன். அவன் காணப்படவில்லை.

வீடுகள், கடைகள், கட்டிடங்கள் என்று பலதையும், சந்தையும், என் முன் இருந்த அனைத்தையும் கடந்து நான் ஓடிக்கொண்டிருந்தேன். என் உடல், அதன் பலம், சக்தி, இயல் அளவு என்று அனைத்தையும் கடந்து நான் ஓடிக்கொண்டிருந்தேன். ஓடா விட்டால் நான் செத்துப்போய்விடுவேன் என்று உணர்ந்தவன்போல ஓடினேன்.

சட்டென்று நின்றேன். என்னைச் சுற்றி சகஜ வாழ்க்கை நிலவிக் கொண்டிருந்தது. வெற்றிலை பாக்குக் கடையில் ஒரு பெரியவர் சாவதானமாக வெற்றிலை போட்டுக்கொண்டிருந்தார். நடைபாதையில் ஒரு கிழவி பூ விற்றுக்கொண்டிருந்தாள். ஒரு பல சரக்குக் கடையில் பெண்கள் அரிசி பருப்பு வாங்கிக்கொண்டிருந்தார்கள். ஒரு டீக்கடைக்கு முன் சிலர், டீ குடித்துக்கொண்டிருந்தார்கள். மக்கள் எந்த பயமும் அற்று, போகவும் வரவுமாக நடை போட்டார்கள்.

நான், திரும்பி மெல்ல நடக்க ஆரம்பித்தேன். எனக்கு மூச்சு இரைத்தது. நெஞ்சு படபடவென்று துடித்தது. எல்லோரும் என்னை ஆச்சரியத்துடன் பார்த்தார்கள். கிழவி, தன் பக்கத்தில் இருந்த ஒருத்தியிடம் என்னைக் காட்டி, "இந்த ஆள்தான் ஓடிக் கிட்டு இருந்தான்" என்று என் காதுபடவே சொன்னாள். குடித்துக்கொண்டிருந்த டீக் கிண்ணம் அந்தரத்தில் இருக்க, என்னை வியப் புடன் நோக்கினான் ஒருவன்.

நான் அவர்கள் பார்வையினின்றும் விலக ஒரு சந்துக்குள் நுழைந்துகொண்டேன். பையன்கள் நடுத்தெருவில் "ஷட்டில் காக்" விளையாடிக்கொண்டிருந்தார்கள். "சோற்றில் வந்த கல்" என்று என்னைப் பார்த்தார்கள், அந்தப் பையன்கள். நான் நடந்தேன். பெண்கள் என்னைக் கண்டதும் தங்கள் தலைப்பைத் தலையைச் சுற்றிப் போர்த்துக்கொண்டு, விட்ட இடத்தில் தங்கள் சம்பாஷணையைத் தொடர்ந்தார்கள்.

என் அறைக்கு நான் திரும்பினேன். மிகுந்த களைப்பாக இருந் தது. பசி மரத்துப் போயிருந்தது. உடையைக் களையாமலே படுத் தேன். எரிந்துகொண்டு என்னை நோக்கி ஓடிவந்த அந்த மனிதன் ஞாபகம் தொடர்ந்து வந்துகொண்டே இருந்தது.

2011

இது ஒரு வித்தியாசமான காதல்

குச்சி நிறைந்த தீப்பெட்டிகளை அடுக்கி வைத்தது மாதிரி, காலனியின் வீடுகள் அமைந்திருந்ததை, அந்த நள்ளிரவு நேரத்தில் உணர்ந்தான் சிபி. நடைபாதையில் வளர்ந்திருந்த மரங்களின் கரிய கிளைகளின் கசிவேபோல, பனி பெய்துகொண்டிருந்தது. அவன் சிகரெட் புகையை இழுத்துவிட்டான். பனிமூட்டத்தில், பெருமூச்சேபோல, பம்மிக்கொண்டு எழுந்தது புகை. அந்தப் புகையை ரசித்துக்கொண்டு நின்றிருந்தாள் திரு. இது திருமதி என்பதன் சுருக்கம். இப்போது செல்வி திருமதி என்று தன் பெயரை எழுதிக்கொண்டிருந்தாள், அவள். திருமணத்துக்குப் பிறகு எவ்வாறு எழுதுவாளாம். திருமதி திருமதி என்றா? என்ன பெயர் வைத்தார் உன் அப்பா என்று சிபி, திருமதியைக் கேலி செய்வதுண்டு. திரு சிரித்துக்கொள்வாள்.

அச்சடித்த சீட்டுக் கட்டுகளைப்போல, அழகாக அளவெடுத்து சிரிப்புகளை அவள் பூட்டி வைத்துக் கொண்டிருந்தாள். அனேகமாக நூறு கோடிச் சிரிப்புகள். இவன் பேசும்போதெல்லாம், ஒவ்வொன்றாக அவள் செலவழித்துக்கொண்டிருந்தாள்.

"தீர்ந்து போய்விடப் போகிறது" என்று அவன் அவளிடம் சொல்வதுண்டு. அவள் தன் மார்பில் கையை வைத்து, "இங்கே அச்சகம் வைத்திருக்கிறேன். தேவைப்படும்போது அச்சடித்துக் கொள்வேன்" என்று அவள் சொல்வாள். மேலும் ஒரு சிரிப்பைச் செலவழித்துக்கொண்டு.

பனி பெய்துகொண்டிருந்தது. தெருவில் ஜன நடமாட்டம் அறவே அற்றுப்போயிருந்தது. அவன்

மீண்டும் ஒரு சிகரெட்டை எடுத்துப் பற்றவைத்துக்கொண்டான். அவன் பார்வை விளக்கணைந்த வீடுகளின் பக்கமாகச் சென்றது.

"ஜனங்கள், செத்துப்போய்விட்டார்கள். உலகத்தில் நீயும் நானும்தான் ஜீவித்துக்கொண்டிருக்கிறோம் என்று சொன்னான் சிபி. தன் இடக்கையால் திருவைத் தன் பக்கம் சேர்த்து அணைத்துக்கொண்டான். அவள், அவனிடம் ஒட்டிக்கொண்டாள். பனி காரணம் அல்ல, அவள் ஒட்டிக்கொண்டதற்கு. அவன் அணைப்புக்குள் அவள் முதுகு, கூச்செரிந்து, கால்மாற்றி வைக்கும் யானைபோல அசைவது தெரிந்தது. அவள் அவன் சிகரெட்டைப் பிடுங்கி, இரண்டு இழுப்பு இழுத்துப் புகையை வெளியே விட்டாள்.

"சொல். என்ன சொல்ல விரும்புகிறாய் சிபி. சொல். நான் கேட்கத் தயாரான மூடில் இருக்கிறேன்" என்றாள்.

அவன் சிகரெட் அவள் விரல்களை விட்டு நழுவிவிட்டது.

அவன் குனிந்து அதை எடுத்து, பில்டர் பக்கமாகத் துடைத்துக்கொண்டான்.

"எனக்கு ஒரு யோசனை, ரெண்டு நாளாய்" என்றான்.

"தெரியும். ரெண்டு நாளாய் நீ சுயத்தில் இல்லை."

"உனக்கு எப்படி...?"

"தட்டில் நிறைய ரசம் ஊற்றிக்கொண்டாய், கான்டீனில். நீ அப்படிச் செய்கிறவன் இல்லை. சிகரெட்டைத் தலைகீழாகப் பற்ற வைத்துத் துப்பினாய். உன் அணைப்புக்குள் திடீரென்று ஏதோ தயக்கம் தெரிகிறது. அந்த நேரத்தில் நீ என்னை மட்டுமே யோசிப்பவன். வேறு என்னத்தையோ யோசிக்கிறாய், சொல். வெளியே வந்துவிடு. சாத்திய ஜன்னலுக்குள்ளே எதற்கு இருக்கிறாய்?"

திரு, அவன் தோளில் தன் இரு கைகளையும் வைத்துத் தன் பக்கம் சேர்த்துக்கொண்டாள். இந்தியன் திரைப்படம் பார்த்து முடித்த ஜனங்கள், தெருவில் சத்தம் எழுப்பிக்கொண்டு சென்றார்கள். அவர்கள் மேலும் இருட்டுப் பிராந்தியத்துக்கு நகர்ந்தார்கள்.

"நீ எப்போதும் என்னுடன் இருக்க வேண்டும் என்று நினைக்கிறேன். காலையில் நீ என் அருகில்தான் இருக்கிறாய் என்கிற உணர்வோடு, நான் உறங்க வேண்டும். நாம் நமக்கான உணவைச் சேர்ந்து சமைப்போம். டாய்லட் கண்ணாடிகள், சுடுநீர் ஆவிபட்டு, வியர்த்து மங்குகின்றன. நான் உனக்காக அவற்றைத் துடைத்து வைப்பேன். உனக்கு அவை எல்லாம் வெகு சுத்தமாக இருக்க

வேண்டும் என்பதைத்தான் நான் அறிவேனே. வரவேற்பறையில் இருந்துகொண்டு, வீட்டின் இதர பிரதேசங்களில் இருந்து எழும் உன் நடைச் சப்தங்களை நான் ரசிக்க ஆசைப்படுகிறேன். உனக் கென்று தனியாகக் கடிகாரம், பாடும் கடிகாரம் வாங்கித் தருகிறேன். அதற்குச் சாவி கொடுத்து நீ பராமரிக்கலாம். கொடியில் என் ஆடைகளோடு, உன் லேஸ் வைத்த நைட்டி சேர்ந்து உலரவேண்டும் என்று ஆசைப்படுகிறேன்."

பனியோடு சேர்த்து, புகையோடு கலந்து, அவன் வார்த்தை களை அவள் கேட்டாள். அவன் கண்கள், திராட்சை ரசமாக மின்னுவதைத் திரு கண்டாள். அவன் அழகன் என்று அவள் நினைத்திருந்தாள். இப்போது அவன் பேரழகாக அவளுக்குத் தோன்றினான்.

இப்போதும் சிபி, அவள் பிடிக்குள் இருந்தான். சாவி வளையம்போல திருவின் கைகள் அவனை வளைத்து இருந்தன.

திரு, சிபியிடம் சொன்னாள்.

"நான் யோசிக்க வேண்டி இருக்கிறது. எனக்காகவும் உனக் காகவும்."

"ரொம்ப சரி. நீ செய்வது எப்போதும் சரியாகவே இருக்கும். அன்பே."

தன் பிளாட்டுக்குள் நுழைந்த சிபி, வெளிக்கதவைச் சாத்தி னான். கேசட் இசைப்பானில், கையில் கிடைத்த கேசட்டைப் பொருத்தினான்.

அறையை அவன் நோட்டமிட்டான். துவைக்கப்படாத ஜட்டி கள் கொடியில் தொங்கின. பனியன்கள், சட்டைகள், பேண்ட் டுகள், சுருண்ட அழுக்குப் பந்தாக டவல்கள், அங்கங்கே சிகரெட் துண்டுகள், கவிழ்ந்து முதுகைக் காட்டிக்கொண்டு கிடக்கும் புத்த கங்கள், வேர்க்கடலைத் தோல் குப்பை, சிகரெட் சாம்பல் புள்ளி கள், காசு கொடுத்து வாங்கிய தண்ணீர் பாட்டில்கள், நேற்று குடித்து மிச்சம் வைத்த பீர் பாட்டில்கள், காசுகள் போல் அவை களின் கார்க்குகள், ஒரு பால்பாயிண்ட் பேனா மூடி மட்டும். ஆம்பிளை அறை என்பாள் திரு. அவள் வரும்போதெல்லாம் அவள் பார்வையில் இவை. இந்த அலங்கோலம் பட நேர்கையில், அவன் அவமானம் அடைவான்.

"சாரி" என்பான்.

"என்னத்துக்கு? உன் இயல்பில் நீ இரு. எனக்காக, நீ ஜிகினா கற்றுக்கொள்ள வேண்டாமே..." என்றபடி அறையை ஒழுங்கு பண்ணித் தருவாள்.

"நானும் என் அறையும் நாய் வால்."

அவள் ஒரு சிரிப்பைச் செலவழிப்பாள்.

"சுய பச்சாதாபம் வேணாம், என் ஆம்பிளையே. என்பாள்.

சிபி அமர்ந்திருந்த கட்டில் சுருங்குவதாக அவனுக்குத் தோன்றியது. அவனுக்கு மட்டுமேபோதுமான கட்டில் அது. திடுமென, திருவிடம் அப்படிச் சொல்லியிருக்க, அப்படியெல்லாம் பேசியிருக்க வேண்டாமோ என்று தோன்றிற்று. அவன் ஒரு அசடனாக மாறியிருந்தானோ? முட்டாளாகப் பேத்தியிருந்தானோ?

அவன் அவளைச் சந்தித்த தொடக்கத்திலேயே அவள் சிறகு வளர்ந்திருந்தது. அது, நாளுக்கு நாள் வளர்ந்து பெரிதாகிக்கொண்டு வருவதை அவனே கண்டுகளித்துக்கொண்டுதான் இருந்தான். தூக்கணாங்குருவிக் கூட்டில், மயிலைக்கொண்டுவந்து குடியேற்றப் போகிறானா இவன்? மேலே பறக்கும் பட்டத்தைக் கோட் ஸ்டாண் டில் மாட்டப் போகிறாயே சிபி.

சிபி! திருவை ஃபிரிஜ்ஜில்கொண்டு வந்து வைத்துக்கொண்டு, தேவைப்படும்போதெல்லாம் கொஞ்சம் கொஞ்சமாக எடுத்து வைத்துத் தின்ன ஆசைப்படுகிறாயா?

தப்பாகக் கேட்டுவிட்டோம் என்று நினைத்தான் சிபி. தன்னை மட்டும் முன்நிறுத்திப் பேசிவிட்டேன் என்று உணர்ந்தான். திரு என்ன பதில் சொல்லப் போகிறாள்?

அவர்களைச் சுற்றிக் கன்னங்கரிய இருட்டு, அரச மரத்தின் கீழே நின்றிருந்தார்கள். திரு, சிபியைக்கை வளைவுக்குள் கொண்டுவந்து சொன்னாள்.

"நான் யோசித்துப் பார்த்தேன் சிபி. நீ மிகவும் அருமையானவன். வாழ்க்கையின் விளிம்பு வரையிலும் உன் உடன் போகலாமே. எனக்குச் சம்மதம்தான். நீ மிகவும் நம்பகமானவன் சிபி. உன்னை நம்பி, நான் என்னையும் விற்றுக்கொள்வேன் சிபி. உன்னைப் பரிபூர்ணமாக நம்புகிறேன். அதனால்தான், சொல்லலாம் என்று முடிவுக்கு வந்தேன் சிபி. பூக்கள் எத்தனை அருமையானவை. நீ ஒருபோதும், எந்தப் பூவையும் பறித்து எனக்குச் சூட்டிய தில்லையே சிபி. ஏன்? பூக்கள் செடியிலேயே

இருக்கட்டும். அது அதன் இடத்தில்தான் இருக்க வேண்டும் என்று சொன்னாய். அப்போதுதான் நான் உன்னை நேசிக்கத் தொடங்கினேன், என்றைக் கேனும் நீ பட்டாம்பூச்சியைப் பிடித்திருக்கிறாயா? ஏன்! உன்னால் முடியாது. தும்பிகள், எரியும் டியூப்லைட்டை மோதிக்கொண்டு இருப்பதைக் கண்டு, அந்தத் தும்பிகளுக்கு ஏதேனும் விபரீதம் நேருமோ என்று எண்ணி, படிக்கும் புத்தகத்தை மூடி வைத்தாய். விளக்கை அணைத்தாய். தும்பியின் மோதும் சப்தம் ஓய்ந்த பிறகே, மீண்டும் விளக்கை ஏற்றிப் படிக்கத் தொடங்குகிறவன் நீ. மேலும் விழித்துக்கொண்டு இருந்தால்தானே, உறக்கத்தில் சுவாரஸ்யம் வரும்? எதுக்கும் ஒரு இடைவெளி வேண்டித்தானே இருக்கிறது?"

அவள் சில நிமிடங்கள் அமைதி பூத்தாள். அந்தப் பெயர் தெரியாத பறவை மாத்திரம் இடைவெளியே இன்றி, பேசிக்கொண்டே இருந்தது. பனி இப்போதும் கூடுதலாகப் பெய்துகொண்டேதான் இருந்தது.

"என்ன சொன்னேன். இடைவெளி. அதுதான் விஷயம். சிபி யைப் பார்க்க வேண்டும் என்று நான் புறப்பட்டு வருவது ஒரு சந்தோஷம். அந்தத் தேடுதல் இன்பத்தை நான் அனுபவிக்க வேண் டும். என் சிறகுகளால் நான் பயன் காண வேண்டாமா?

திரு சொல்லச் சொல்ல, சிபி தனக்குள் பரவசம் அடைந்தான். "ஆகவே."

"ஆகவே....."

"நான் உன்னுடனோ, நீ என்னுடனோ இருக்க வேண்டாம். நாம் நாமாக இருந்துகொள்வோம். எப்போதும்போலச் சிநேகமாக, அன்பாக..."

"ரொம்ப சரி."

சிபி திருப்தி அடைந்தான். திருவும்.

2012

இரண்டு நண்பர்களின் கதை

ஒருவன் பெயர் செல்வம். (பின்னாட்களில் தமிழ்ச் செல்வன் என்று பெயர் மாற்றிக்கொண்டான்.) ஒருவன் பெயர் மாடன். இருவரும் பூம்பொழில் நாட்டில், சுந்தர சோழன் தெருவில் பக்கத்துப் பக்கத்து வீட்டில் பிறந்தவர்கள். ஒன்றாகவே பள்ளிக்கூடம் சென்றார்கள். போகும் வழியில் மாந்தோப்பு இருந்தது. காவலும் இருந்தது. தோட்டக்காரர் இல்லாத பொழுதுகள் எது என்பதை செல்வம் அறிவான். பத்துக் காய்களாவது பழங்களாவது அடிக்காமல் அவன் பள்ளிக்கு வருவது இல்லை.

மாடன், இதுபோன்ற காரியங்களில் இறங்கும் வீரனும் இல்லை; நியாயவாதியும் இல்லை. தோட்டக்காரர் மாணவன் ஒருவனைக் கட்டிவைத்து அடித்ததைக் கதிகலங்கப் பார்த்தவன் அவன். பிறரின் தூக்குப் பாத்திரத்தைத் திறந்து, மதியச் சாப்பாட்டை உண்பதில் செல்வத்துக்கு அதீத ஆசை இருந்தது. பையன்கள் சிலர் தகராறு செய்தார்கள். அதில் ஒருவன் பள்ளியைவிட்டுத் திரும்பும்போது அவன் மீது கல் எறிந்தான் செல்வம். எறிந்தவன் யார் என்பதை அந்தப் பையனால் கடைசி வரைக்கும் கண்டுபிடிக்கவே முடியவில்லை. ஒருமுறை மாடனின் உணவை உண்டான். மாடனாலும் அதிகம் எதிர்க்குரல் எழுப்ப முடியவில்லை. சாலை போட நிறைய கற்களைக் கொட்டி வைத்திருந்தது நகரசபை.

ஒரு மதியப் பொழுதில் எரிந்துகொண்டிருந்த சூரியனுக்குக் கீழே புளியந்தோப்பில் இருந்து, செல்வம் ஓர் அறைகூவலை விடுத்தான். "இனிமேல் நான் பள்ளிக்கூடம் வருவதாக இல்லை. என்னடா

படிப்பு, பெரிய படிப்பு. அவனவன் நம்மளக் கேள்வி கேட்கிறான். தெரியலைன்னா, பெஞ்சு மேல ஏறி நிக்கச் சொல்றான். குட்டிங்க சிரிக்கிறாளுக. எந்த நாய் எந்த தேசத்தை ஜெயிச்சா என்ன, தோத்தா என்ன. நான் ஜெயிக்கிறேன்டா. படிச்சவன்தான் கிழிக்க முடியுமா? நான் கிழிக்கிறேன்டா." என்றான்.

பையன்கள் விதிர்விதிர்த்துப் போனார்கள். செல்வம் சொன்னவை எதிலும், அவர்களுக்குக் கருத்து வேறுபாடு இல்லை. அவர்களுக்கும் அதே அபிப்ராயம்தான். ஆனால், அப்பாக்கள், உதைகள், தெரு, ஊர் என்று பல பயமுறுத்தல்கள். என்ன படிக் கிறோம், எதுக்காகப் படிக்கிறோம் என்று தெரியாமலேயே பத்து வருஷத்தை வீணாக்குகிறவர்கள் மத்தியில் செல்வம் விஸ்வரூபம் எடுத்து நின்றான். மாடன் பிரமித்து நின்றிருந்தான்.

இரவு நேரத்தில், காடாவிளக்கு வெளிச்சத்தில் துப்பட்டி, வேட்டி, துண்டு, சேலைகள்கொண்ட ஏல வியாபாரம் செய்துகொண்டிருந்தார் செல்வத்தின் அப்பா. எடுபிடி வேலைக்குத் தனியாக ஓர் ஆளை வைத்தால் சம்பளம் தர வேண்டும்; ஆனால், மகனுக்குத் தரவேண்டியதில்லை என்பதற்காக, அப்பா மகிழ்ச்சியுடன் அவனைச் சேர்த்துக்கொண்டார். அந்த வார இறுதியில், சனிக்கிழமை அன்று செல்வம் தன் தந்தையிடம் சொன்னான்,

"ஒரு வாரம் வேலை பார்த்திருக்கேன். மற்றவனுக்கு என்ன கூலி கொடுப்பியோ, அதை எனக்குக் கொடு."

"நான்தானே உனக்குச் சோறு போடறேன்" என்றார் செல்வத் தின் தந்தை.

"அது பெத்த கடன். சோறு போட்டுத்தான் தீரணும். நான் ஏழு இரவுகள் உழைச்சிருக்கேன். அதுக்குக் கூலியை எடுத்து வை" என்றான் செல்வம்.

அடுத்த சில ஆண்டுகள், செல்வத்தின் கண்டுபிடிப்புகளாக மாறின. முதல் கண்டுபிடிப்பு, உலகம் நிலமாக, சம பூமியாக, வயல் காடாக யாரையோ எதிர்பார்த்தபடி படுத்துக்கிடப்பதை அவன் உணரத் தொடங்கினான். இந்த நிலம் இயற்கை கொடுத்த தனம். இது நிலத்தின் மேல் வாழ்கிற அனைவருக்கும் சொந்தம். இதைச் சில பேர், தேவைக்கு அதிகமாகத் தன்னிடம் வைத்துக்கொண்டு ஆதிக்கம் செலுத்துவது அதர்மம். மண் வளத்தைத் தன் வளமாக மாற்றுவது குறித்துத் தீவிரமாகச் சிந்திக்கத் தொடங்கினான்.

இதனிடையே அரும்பிக்கொண்டிருந்த ஓர் இயக்கத்துடன் தன்னை இணைத்துக்கொண்டான். அந்த இயக்கம் நாக்குகளை மட்டுமே நம்பிய இயக்கம். தொடக்கத்தில் அவனுக்குத் தடுமாற்ற மாக இருந்தாலும், போகப் போக வாய்வீச்சுகளோடு பேசத் தொடங்கினான். இயக்கம் மேற்கொண்ட சில போராட்டங்களில் பங்குகொண்டு, சிறைக்குச் சென்று (மொத்தமே மூன்று நாட்கள்) தியாகி ஆனான். அவனுடைய மாவட்டத்துக்கு அவனே அதிகாரி ஆனான். தமிழ்நாட்டின் "போகூழ்" என்று சான்றோர் சொன்னபடி, அவன் இருந்த இயக்கம் வேழ நாட்டின் ஆட்சியையும் பிடித்தது.

செல்வம் உலகை வெல்லப் புறப்பட்டான். முதலில் புறம் போக்கு நிலங்கள், ஏழைகள், பேச்சற்றவர்கள், விதவைகள் போன்றோரின் நிலம், வீடுகளைத் தன்வயப்படுத்தினான். எதிர்த்தவர்களை, தன் இயக்கச் சகோதரர்களைக்கொண்டு அடக்கினான். காவல் துறை மற்றும் அதிகாரிகளை வசப்படுத்தினான். நீரோடிய ஆறுகளில் மணல் ஓடுவது, அவனுக்குத் திருப்தியைத் தந்தது. நகரங்களுக்கு வீடு கட்ட மண் வேண்டாமா என்ன?

செல்வத்தை, மேலே மேலே என்று அண்ணாந்து பார்த்துக் கழுத்து சுளுக்கிக்கொண்டது மாடனுக்கு. செல்வத்தின் பார்வையை விட்டு அகலாமல், தன்னை நிறுத்திக்கொள்ளும் லௌகீகம் மாடனுக்கு இல்லாமல் இல்லை. அரசு நிறுவனம் ஒன்றில் ஊழிய னாகத் தன்னைப் பொருத்திக்கொண்ட மாடன், மாலை வேளை களில் செல்வத்தோடும் தன்னை இணைத்துக்கொண்டான். அதிகாரப்பூர்வமற்ற, அதே சமயம் அதிகாரப்பூர்வமான பி.ஏ.வாகத் தன்னை நிலைநிறுத்திக்கொண்டான் மாடன்.

மாடனின் பணிகள் பெருகத் தொடங்கின. செல்வத்தின் மூன்று மாளிகைகளும், அவனுடைய நிர்வாகத்தின் கீழ் வந்தன. ஒரு மாளிகையில் வரலட்சுமி இருந்தாள். இன்னொரு மாளிகையில் ஷீலா இருந்தாள். மூன்றாவது மாளிகை, அரசியல் ஆராய்ச்சி களுக்கு என்று இருந்தது. வரலட்சுமி நிறைய தெய்வ நம்பிக்கைகொண்டவள். வாரத்தில் நான்கு நாட்கள் விரதம் இருப்பாள். "கணவனின் புகழ், செல்வாக்கு, வருவாய் பெருகி, அவன் 100 ஆண்டுகளுக்கும் மேலாக வாழ வேண்டும்" என்று கோயில் கோயிலாகச் சென்று அர்ச்சனை செய்வாள்.

கோயில் தொடர்பான அனைத்துப் பிரயாண ஏற்பாடுகளையும், கோயில்களின் வரலாற்றுப் புராணம் பெருமைகளையும் மாடன் மகிழ்ச்சியுடனும் கடமை உணர்வுடனும் கற்றுக்கொண்டான்.

செல்வம், "கடவுள்" என்ற சொல்லுக்குப் பதிலாக "இயற்கை" என்ற சொல்லையே பயன்படுத்தினான். ஒரு கட்டத்தில், ஆற்றங்கரை ஓரம் புது மாளிகை ஒன்றை அவன் வாங்கி இருந்தான். தொழிலாளர் வர்க்கத்துக்கு முக்கியத்துவம் கொடுக்கும் முகமாக, அந்த மாளிகையை அவன் அவனுடைய தோட்டக்காரர் பெயரில் வாங்கினான். "மாதம் 2,000 சம்பளம் பெறும் தோட்டக்காரர், மூன்று கோடிக்கு எவ்வாறு ஒரு பேரில்லம் வாங்க முடியும்? என்று ஓர் இயக்கம் கேள்வி கேட்டது. "ஓய்வு நேரத்தில் அவர் பேருந்து நிலையத்தில் வேர்க்கடலை விற்றுச் சம்பாதித்த பணம்" என்றும், "தன் தோட்ட வேலையை ராஜினாமா செய்ததன் மூலம் பெற்ற பணமும் சேர்ந்தே அந்த மாளிகை" என்று மாடன் சொன்னான். எதிர்ப்பாளர்கள் "ஆம். ஆம்" என்றார்கள்.

மாடன் முக்கியத்துவம் பெற்ற நிகழ்ச்சி, வரலாற்றுச் சிறப்பு மிக்கது. ஒருநாள் இயக்கத்தின் முக்கியப் புள்ளியாகிய கோப்பி, அவனைப் பார்க்க வந்தான். "என்னண்ணே விசேஷம்.? இந்த ஏழையைப் பார்க்க வந்திருக்கீங்க..." என்று வரவேற்றான் மாடன்.

"இதென்ன டி.வி. இவ்வளவு பெரிசாக்கூட வருதா?"

"ரொம்ப நாளாச்சே, தலைவர் அன்பளிப்பு!" செல்வத்தைச் "செல்வம்" என்று சொல்லக்கூடாது என்று, ரொம்ப காலத்துக்கு முன்னாலேயே அவன் எச்சரிக்கை செய்யப்பட்டுவிட்டான்.

"என்ன விசேஷம் கோப்பி. இன்னைக்கு சிறப்புக் குழு கூடுதே. நாம புறப்பட வேணாமா?"

"இன்னைய சிறப்புக் குழுவில் முக்கியமான ஒரு பிரச்சனையை எழுப்பப்போறேன் தம்பி."

"என்ன பிரச்சனை?"

"தலைவர், ஒரு கூட்டத்தில் வெச்சு லட்சுமியைப் பார்த்திருக்கார். "வாம்மா உன்னோடு பேசணும்"னு காரில் ஏற்றி அவர் தங்கும் விடுதிக்கே அழைச்சுக்கிட்டுப் போயிருக்கார். இன்னும் வாடகை வீட்லயா குடி இருக்கே? சொந்த வீடே வாங்கித் தர்றேன்னு சொல்லி இருக்கார். அப்புறம் தப்பா நடந்திருக்கார். லட்சுமி அவரைத் தள்ளிட்டு ஓடிவந்திருக்கு."

தலைவரைப் பற்றிய இந்தத் தகவல் மாடனுக்கு ஆச்சரியம் தருவதாக இல்லை. அவனுக்குப் பதற்றமாக இருந்தது. அண்மைக் காலமாகவே பெண்கள், இயக்கத்துக்கு வருவது குறைந்துபோயிருந்தது. கோப்பி லட்சுமி திருமணத்துக்கு மாடனும் போயிருந்தான்.

"என்ன பண்ணலாம்?" என்றார் கோப்பி.

இயக்கத்துக்காகச் சிறைக்குச் சென்றவர் கோப்பி. அவர் முகத்தில் கோபத்தைக் காட்டிலும் அருவருப்பே மேலோங்கி இருந்தது.

"அண்ணே, நீங்க சீனியர். கட்சிக்காக உழைத்தவர். உங்க நிலைமை எனக்குப் புரியுது. நீங்க எது செஞ்சாலும் அது சரியாத் தானே இருக்கும்."

அன்றைய சிறப்புக் குழு தொடங்கும்போது, கோப்பி எழுந்து நின்றார். தலைவர் "என்ன?" என்றார். உடனே எப்போதும் தலைவரைச் சுற்றி இருக்கும் பத்துப் பேர் எழுந்து "என்னடா?" எனறார்கள்

"கணக்கு..." என்றார் கோப்பி.

"என்ன கணக்கு?"

"மாநாட்டுக் கணக்கை ஏன் தரலை?"

"அது அடுத்த மாநாட்டில் பொதுக் குழுவில் வைக்கப்படும்" என்றார் தலைவர்.

இதற்கிடையில் கோப்பி அவரை அறியாமலேயே கூட்ட அரங்க வாயிலை நோக்கி நகர்த்தப்பட்டார். அவர் கால்கள் செயல் படாததுபோல இருந்தன. சற்று நேரம் கழித்து அவர் பிரக்ஞை மீண்டது. அவர் சட்டை பல இடங்களில் கிழிந்து தொங்கியது. உடம்பு முழுக்க வலித்தது. வாசலில் நின்ற போலீஸ்காரர் ஒருவர் கோப்பியைப் பார்த்து, "கலாட்டாவா பண்றே. ஒழுங்கா வீடு போய்ச் சேர்" என்றார்.

அடுத்த நாள், கோப்பி என்று அழைக்கப்படும் கோப்பிநாதன், இயக்கக் கட்டுப்பாட்டுக்கு விரோதமாகவும் பண்பாடு இன்றியும் செயல்பட்ட காரணத்தால், அவரை இயக்கத்தை விட்டு நீக்கி யிருப்பதாகப் பெட்டிச் செய்தி வந்தது.

தலைவர் அப்படிச் செய்திருக்கக்கூடாது என்று நினைத்தான் மாடன். கோப்பியின் மனைவியிடம் தலைவர் நடந்துகொண்ட விதம் அவன் மனதை நெருடியது. மனிதன் செய்யக்கூடாதது.

அதிலும் தலைவனாகத் தன்னைத் தகவமைத்துக்கொண்டவன், கண்டிப்பாகச் செய்யக்கூடாதது. இத்தனைக்கும் மாடனுக்கும் சங்கரிக்கும் தலைவர்தான் திருமணம் செய்துவைத்தார். செம்மண் நிலத்தில் பெய்த மழை பற்றி அன்று பேசினார் தலைவர். கையில் சிலம்பை ஏந்தி, பாண்டியனிடம் வழக்குரைத்த கதையைப் பேசினார். தனிமையில் வைத்து மணமக்கள் இருவர் கைகளிலும் இரண்டு கவர்களை வைத்து அழுத்தினார். ஒவ்வொரு கட்டும் 10,000 என்று பிறகு தெரிந்தது. மாடன் வீடு பார்த்துக் குடியேறினான். அதற்கான தேவைகளுக்கு உதவினான் செல்வம். வால் இல்லாத நாய்க்குட்டியாகத் தன்னை பாவித்துக்கொண்டான் மாடன்.

சங்கரி கிராமத்துப் பெண்; ஒரு வகையில் மாடனுக்குத் தூரத்து உறவு. பெரியோர் பார்த்து நடத்திய திருமணம். ஆனால், தலைவர் தலைமையில்தான் திருமணம் செய்துகொள்ள வேண்டும் என்று பிடிவாதமாகக் கருத்து தெரிவித்துச் சாதித்தான் மாடன்.

மாடனின் இல்லறம் மகிழ்ச்சியாக இருந்தது. வீட்டுக்கு இயக்கப் பத்திரிகை ஒன்று வந்துகொண்டிருந்தது. சங்கரி ஓய்வு நேரத்தில் முழுமையாகப் பத்திரிகை பார்த்தாள். அடிக்கடி அது பற்றி மாடனிடம் விவாதிக்கவும் செய்தாள். ஓர் இரவில் அவள் மாடனிடம் கேட்டாள்,

"நம்ம இயக்கத்துக்கு பெண்கள் ஏன் மாமா ரொம்பக் குறைவா வர்றாங்க. அன்னைக்கு அந்தக் கட்சி நடத்தின விவசாயப் பேரணிக்கு நிறைய சனம் வந்துச்சே!"

"என்னமோ அப்படித்தான் இருக்கு" என்றான் மாடன்.

"சின்னச் சின்ன ஊர்ல எல்லாம் பெண்கள் அமைப்பை ஏற்படுத்தணும் மாமா. பெண்களுக்குப் பெரிய பொறுப்புகள் தரணும். பெண்களுக்குன்னு மாநாடு ஒண்ணு நடத்தணும்" என்றாள் சங்கரி.

மறுநாள் இதை அப்படியே தலைவரிடம் சொன்னான் மாடன்.

"பெரிய தலைவி மாதிரி என்னென்னமோ பேசுது தலைவரே, சங்கரி."

தலைவர் முகத்தில் ஆச்சரியம் துலாம்பரமாகத் தெரிந்தது.

"சங்கரி அறிவாளின்னு எனக்குத் தெரியும். உனக்குத்தான் சங்கரியைப் புரிஞ்சுக்க முடியலை. பெண்கள் அமைப்புக்கு சங்கரியையே தலைவியா போட்டுடலாம். அமைப்பு பற்றி சங்கரிகிட்ட பேசணுமே!"

"அழைச்சுட்டு வர்றேன் தலைவரே."

"இங்க வேணாம். நானே உன் வீட்டுக்கு வர்றேன். தொந்தரவு இல்லாமப் பேசலாம்."

"இது தலைவர் எனக்குச் செய்யற பெரிய கௌரவம் தலைவரே."

நாலு முழம் வேட்டியைத் துண்டாக அணிந்த தலைவர் சொன்னார்.

"தோழமையில் பெரியவர் சிறியவர் ஏது மாடா?"

அடுத்த நாளைத் தேர்ந்தெடுத்தார் தலைவர். உறங்கி எழுந்த சங்கரி சமையல் அறையிலேயே இருந்தாள். இறைச்சியில் அனைத்து விதமானதும் இருக்கும்படியாக சமைத்தாள். தலைவருக்கு மீன் அதிகம் பிடிக்குமென்பதால், மீன் குழம்பு, மீன் வறுவல், மீன் புட்டு மற்றும் ஆடும் கோழியும் தயாராயின.

தலைவர் வாசனையோடு வந்தார். "பெண்கள் இல்லாத இயக்கம் வளராது" என்று தெள்ளத்தெளிவாகச் சொன்னார். சுதந்திரப் போராட்டக் காலத்தில் சுப்ரமணிய பாரதியாரிடம் சகோதரி நிவேதிதா, "உங்கள் மனைவி எங்கே? ஏன் அவரை மாநாட்டுக்கு அழைத்து வரவில்லை? என்றார்.

"நாங்கள் பெண்களை இந்த மாதிரி இடங்களுக்கு அழைத்து வருவதில்லை" என்றாராம். "அதனால்தான் இந்தியா இன்னும் அடிமைப்பட்டுக்கிடக் கிறது என்றாராம் நிவேதிதா.

கண்கள் விரியக் கேட்டுக்கொண்டிருந்தாள் சங்கரி. மாடன், தெரிந்துகொள் எங்கள் தலைவரை" என்று கண்களால் சொல்லிக்கொண்டிருந்தான். உருவாக இருக்கும் இயக்கத்தில் பெண்கள் அமைப்புக்குத் தவிர்க்க முடியாமல் தலைவர் கௌரவத் தலைவராக இருப்பது, சங்கரி தலைவியாக இருப்பது என்று தன் முடிவைச் சொன்னார் தலைவர்.

"ஐயையோ, நான் அற்பம் ஐயா" என்றாள் சங்கரி. உண்மையிலேயே அவள் பயந்துதான் போனாள்.

"இல்லை சங்கரி. நீ அற்பம் அல்ல, சிற்பம்" என்றார் தலைவர்.

மாடன் விழுந்து புரளாத குறையாகச் சிரித்து, தலைவர் சொன்னதை ரசித்தான்.

"நான் பாமரம்."

"இல்லை நீ பாமயம்."

"நான் படிக்காதவள்."

"ஆமாம். படிக்கக்கூடாததைப் படிக்காதவள்."

விருந்து நடந்தது. மிகவும் ரசித்துச் சாப்பிட்டார் தலைவர்.

"என் வாழ்வில் இத்தனை சுவையான உணவைச் சாப்பிட்டதே இல்லை" என்றார் தலைவர். இது பொய்யாகத்தான் இருக்கும் என்று சங்கரி நினைத்தாள். ஆனால், அந்தப் பொய் அவளுக்குப் பிடித்திருந்தது. உண்டு முடித்த அவர் கைகளுக்கு நீர் வார்த்தாள் சங்கரி.

"தலைவரே. அறையில் வந்து படுத்து ஓய்வு எடுங்களேன்" என்றான் மாடன் கட்டிலைக் காட்டி. தலையசைத்தார் தலைவர்.

"வெற்றிலை இருக்குமா. தாம்பூலம் போடவேண்டும்போல இருக்கு."

"ஐயையோ. உங்களுக்கு வெற்றிலைப் பழக்கம் இல்லைன்னு வெற்றிலை வாங்கிவைக்கவில்லை. இதோ, ஒரு நிமிஷம் தெரு முனைக் கடையில் வாங்கிட்டு ஓடிவர்றேன்" என்றபடி ஓடினான் மாடன். தெருவில் கூட்டம் கூடி இருந்தது. பெருமை, வியர்வைபோல வழிந்தது அவனுக்கு.

தலைவர் கட்டிலில் சாய்ந்துகொண்டார்.

"சங்கரி" என்றார். சங்கரி அவர் அருகில் போய் நின்றாள். தலைவர் அவள் கையைப் பிடித்தார். சங்கரி விழித்துக்கொண்டாள்.

"என்ன?" என்றாள். "இந்த மடையனோடவா நீ வாழ்றது. உன்னை ராணி மாதிரி வாழவைக்கிறேன். அரண்மனை மாதிரி வீடு, நகை, சொத்து, சுகம்!"

"எட்றா கையை." என்றாள் சங்கரி.

தலைவர் திடுக்கிட்டு எழுந்து உட்கார்ந்தார். "இதிலென்ன தப்பு சங்கரி, விருந்தில் இதுவும் சேர்த்திதானே?"

"உன் வீட்டுக்கு வர்ற விருந்தாளிக்கு உன் பொண்டாட்டியைக் கொடு, என்கிட்ட இந்த வேலை எல்லாம் வேணாம். செருப்புப் பிஞ்சிடும். வெளியே போடா நாயே!"

தலைவர் பாக்கெட்டில் இருக்கும் சீப்பை எடுத்து தலை முடியை சீவிக்கொண்டு வெளியே போனார். மக்கள் அவரை வாழ்த்திக் கோஷம் போட்டார்கள்.

எதிரில் வெற்றிலையோடு வந்தான் மாடன்.

"என்ன தலைவரே. வெற்றிலை போடாமக் கிளம் பிட்டீங்க.?"

ஒன்றும் பேசாமல் காரில் ஏறிக்கொண்டு புறப்பட்டார் தலைவர்.

உள்ளே வந்த மாடன், சங்கரியிடம் "என்ன நடந்தது?" என்று கேட்டான். நடந்ததைச் சொன்னாள் சங்கரி.

"செருப்பால அடிக்கிறதுதானே அந்த நாயை." என்றான் மாடன்.

ஓசூர் மாநாட்டில் இதைப் பேசிவிடலாம் என்று இருந்தான் மாடன். மாநாட்டில் அவன் எழுந்து நின்றான்.

"என்ன?" என்றார் தலைவர்.

"போன கிருஷ்ணகிரி மாநாட்டுக் கணக்கை ஏன் தரலை?" என்றான் மாடன்.

அடுத்த 15 நிமிடங்களில் மாடன் தெருவோரம் கிடந்தான். சாக்கடையில் அவன் விழுந்து கிடந்தான் என்பதை அவன் புரிந்துகொள்ள நீண்ட நேரம் பிடித்தது. புதர் ஓரம் சிறுநீர் கழித்துக்கொண்டிருந்த சட்டம் ஒழுங்கு வீரர், அவனிடம் சொன்னார்.

"கூட்டத்துல போயி கலாட்டா பண்ணலாமாடா நாயே..." என்றார்.

சொறிநாய் ஒன்று மாடனை விசித்திரமாகப் பார்த்தது!

2011

ஈரம்

சந்தியாவுக்கு அது புரியத்தான் இல்லை. எல்லா வீட்டு ஜன்னல்களும்தானே திறந்துகொண்டு அவளையே பார்ப்பதுபோல இருந்தது. பெண்கள் அவளைப் பார்க்காமலே பார்த்தார்கள். ஆண்கள், கூலிங்கிளாஸ் வழியாக அவளைப் பார்ப்பதாக அவள் உணர்ந்தாள்.

காலை வேளைகளில் பால் பாக்கெட் போடும் அந்த ஒல்லியான பெண்மணி, பேப்பர் போடுகிற பையன், காய்கறிகளோடு ஊர் விஷயங்களையும் சேர்த்து விற்கும் கடைக்காரர் என்று அவளைச் சுற்றி இயங்கும் மனிதர்கள் பலருக்கும் அதைப் பற்றித் தெரிந்துகொள்ள வேண்டும் என்கிற ஆவல் இருப்பதாக அவளுக்குத் தோன்றியது.

சந்தியாவுக்கு ஒரு தோழி. அவள் பிலோமினா. அவள் சாப்பிடும் முன்பு கை கழுவப் போகும் இடத்தில் வைத்துக் கேட்டாள்.

"என்னப்பா, உனக்கும் எம். கே மூர்த்திக்கும் ஏதோ இருப்பதாக எல்லோரும் சொல்கிறார்களே... உண்மைதானா...?"

"எல்லோரும்னா யார், யார்? மன்மோகன் சிங்கும் சோனியாவுமா? அழகிரியும் ஸ்டாலினுமா அல்லது அஞ்சலியும் அமலாவுமா?" இருவரும் சேர்ந்து சிரித்தார்கள்.

"சாரி, நான் கேட்டிருக்கக்கூடாது. வரம்பு மீறல்..."

"நோ நாட் அட்டால். உனக்கு உரிமை இருக்கப்பா..."

"ஆனால், அது உரையாடத்தக்க விஷயம் அல்ல. உள்ளே என்ன இருக்குன்னு தெரிஞ்சுக்க முடியாத இருட்டுக் குகை. வெளியிலேந்து பார்த்தா எனக்குள்ளே என்ன இருக்குன்னு யாருக்குத் தெரியும். ஏன் என்னையே சொல்றேன். நானும் அவனும்தான் உள்ளே இருக்கோம்னு, வச்சுக்க. எங்களுக்கே தெரியலை, எங்கே இருக்கோம்னு. உள்ளே என்னதான் இருக்குன்னு... இருட்டுதான் தெரியுது. ஒருக்கால், இருட்டுதான் அதுவோ, அதுக்கு இன்னொரு பெயர் இருட்டோ என்னவோ..."

பிலோமினா இவள் முகத்தையே பார்த்துக்கொண்டிருந்தாள். அவளை அப்படியே இருக்கவிட்டு, சந்தியா தன் அறைக்குப் புறப்பட்டாள். அறை இருக்கும் பெண்கள் விடுதி, தூரத்தில் இல்லை. நடப்பது சௌகரியமாக இருந்தது. நடக்கும்போது மனசைக் கட்டவிழ்த்து அலைய விடலாம். மனம், சனிக்கிழமை மாலை வீடு திரும்பும் பள்ளிக் குழந்தை.

பிராணவாயுவால் மனிதர்கள் வாழ்கிறார்கள் என்று பள்ளிக்கூடத்தில் சொல்லிக் கொடுப்பது எவ்வளவு பெரிய பொய். ஈரத்தால் வாழ்க்கை நடக்கிறது. ஈரத்தை மூர்த்தியிடம் கண்டபோது, அவள் உற்சாகமடைந்தாள்.

அண்மைக் காலமாக சந்தியா, நகரத்தைவிட்டு, விடுமுறை நாட்களில் வெளியேறி இருட்டும்வரை சுற்றிக்கொண்டிருந்து விட்டு அறை திரும்பும் வழக்கத்தை மேற்கொண்டிருந்தாள். இப்படியான ஒரு பயணத்தின்போதுதான் ஆலப்பாகத்தை அவள் கண்டுபிடித்திருந்தாள். ஒரு சின்னக் குன்று. அங்கே ஒரு புராதனக் கோயில். கோயிலுக்குப் பின்பக்கம் கலங்கலற்ற சுத்தமான படிக்கட்டுகளைக்கொண்ட குளம். படிக்கட்டில் உட்கார்ந்து ஒரு நாள் பொழுதைப் போக்குவது அர்த்தமுள்ள காரியமாகப் பட்டது அவளுக்கு. கடைசிப் படியில் அவள் இருந்தால், அவளை பார்க்க வந்தாற்போல மொய்க்கும் மீன் குஞ்சுகள். குளக்கரைக்கு மேல் குடை பிடிப்பதுபோல ஒரு மரம்.

குன்றின் மேல் படிப்படியாக மிதித்து மேல் நோக்கிப் போவது அவளுக்குப் பிடித்திருந்தது. அப்படியே படிகள் இன்னும் மேலே இன்னும் மேலே என்று ஆயிரமாக வளரக்கூடாதோ என்று அவள் யோசிப்பதுண்டு. அப்படி எதுவும் நடப்பதில்லை. யாருடைய ஆசைப்படிதான் எது நடந்தது. ஒரு நாள் மதியப் பொழுதுபோல, மூர்த்தி ஒரு பெண்ணோடு படியின் பக்கம் வந்து அமர்ந்தான். அந்தப் பெண், மிகுந்த நட்பு தோன்றச் சிரித்து

சந்தியாவைப் பார்த்து, "கோயிலுக்கு வந்தீங்களா?" என்றாள். அடுத்து ஐந்து நிமிஷத்தில் அவர்கள் அழுத்தமாக அறிமுகம் ஆனார்கள். "கோயிலுக்கு இல்லை." என்றாள் சந்தியா.

"இங்க வருகிறவர்கள், இந்தப் பழம் பஞ்சாங்கக் கிராமத்துக்கு உங்கள மாதிரி டவுன்காரர்கள் என்னத்துக்கு வருவார்கள்?"

"நீங்கள்..."

"இவன் என்னோடட அண்ணன். ஊருக்கு வந்திருக்கான். கொஞ்சம் பெர்சனலாகப் பேசணும். அதுக்காக இங்க வந்தோம்"

"நான் என்னோடட பேசணும். அதுக்காக வந்தேன்" அந்தப் பெண், சந்தியாவைப் புருவம் உயரப் பார்த்தாள்.

"இந்த மாதிரி பைத்தியம்போல இவன்தான் பேசுவான்னு நினைச்சேன். நீங்களுமா?"

ரஞ்சனியை மூர்த்தி அடக்கினாள்.

"சாரி" என்றாள் ரஞ்சனி. "அதனால் என்ன, பைத்தியமா இருக்கிறது தப்பா? எது பைத்தியம்னு புரிஞ்சுக்க முடியலை"

"எங்க ஊர் சாமி ரொம்ப சக்தி உள்ளவர். வேண்டிக்கிட்டா கட்டாயம் நடந்துடும்."

சந்தியா, ரஞ்சனியை முகத்தை நோக்கி ஆராய்ந்தாள். குழந்தைத்தனம் மாறாத வளர்ந்த குழந்தை.

"நீங்க என்ன வேண்டிக்கிட்டீங்க.?"

"ஃபைனல் எக்ஸாம்ல பாஸ் ஆகணும்னு வேண்டிக்கிட்டேன். நடந்துடுச்சு?"

"தேர்வு நீங்கதானே எழுதினீங்க?"

மூர்த்தி மட்டும் சிரித்தான். அடுத்த முறை டவுன் பஸ் ஒன்றில் மூர்த்தியை சந்தியா பார்க்க நேர்ந்தது. டிரைவர் அருகில் அவன் நின்றிருந்தான். அவன் பின்னால் அமர்ந்திருந்தாள். அவன் முதுகு மட்டும் தெரிந்தது. பக்கவாட்டு முகம் தெரிந்தது. அவனை அழைத்து அல்லது அவன் அருகில் சென்று பேசலாமா என்று நினைத்தாள். எதற்கு என்று அவளே கேட்டுக்கொண்டாள். மனித உறவுகள் கூடும்போது மனநோவுகளும் கூடுகின்றன. நட்பு என்பதே காசு கொடுத்து சூனியம் வைத்துக் கொள்வது போன்றது என்று சந்தியா நினைக்கத் தொடங்கி இருந்தாள்.

பழக்கம் ஏற்பட்ட பிறகு, இந்த நிகழ்ச்சியை ஒருநாள் அவனிடம் சொன்னாள்.

அன்று மூர்த்தியுடன் சந்தியா மயிலாசன மலையில் அமர்ந்திருந்தாள். எங்கெல்லாம், தரைமட்டத்துக்கு மேல் இடம் இருக்கிறதோ, குன்றோ, மலையோ, ஏதோ ஒன்று மண்ணுக்கு மேலாக இருக்கும் ஓரிடம். அங்கே நீர் நிலை இருக்க வேண்டும். அதன் மடியில் அமர்ந்திருக்க வேண்டும். ததும்பும் தண்ணீரைப் பார்த்துக்கொண்டிருக்க வேண்டும்.

தண்ணீர் எப்போதும் எதையோ சொல்லிக்கொண்டே இருக்கிறது.

மூர்த்தி, சந்தியாவிடம் முதல்நாள் சந்திப்பின்போது தங்கை ரஞ்சனியுடன் பெர்சனலாகப் பேச அந்தக் குன்றிற்கு வந்த விஷயத்தைப் பற்றி ஒரு நாள் விளக்கினான். விஷயம் இதுதான். யாரோ ஒரு பையன், அவனிடம் அவளுக்கு ஈர்ப்பு, அவனுக்கும் அதிகமாக. கல்யாணம் பண்ணிக்கலாமா என்கிறான். என்ன செய்யலாம் என்று கேட்டிருக்கிறான்.

"நீ என்ன சொன்னே" என்று சந்தியா கேட்டாள்.

"இதைப் பத்தி என்னிடம் பேசத் தோணியதே அதுக்கு என் பாராட்டு. ஆனா, நான் எந்த முடிவையும் சொல்ல முடியாது. அதை நீயே எடுக்க வேணும். உன் வாழ்க்கை உன் விருப்பம். இந்தப் பிராந்தியத்தில் யாரையும் நீ பிரவேசிக்க அனுமதிக்கக்கூடாது. இன்னொருவர் மூளையை, மனதை உனக்காக வேலை வாங்க, நீ முயலும்போது நீ பலவீனம் அடைகிறாய். அதோடு, உன் பிரத்யேக உலகத்தை நீ விலை கூறி விற்கத் தொடங்குகிறாய். அப்பா, அம்மா மூத்தவர்கள்தான். பெரியவர்கள்தான். ஆனாலும் அவர்களும் அன்னியர்கள்தான். அவர்கள் பிறப்புக்கு உதவுவார்கள். வாழ்க்கைக்கு அல்ல. தோற்றாலும் சுயமாகத் தோற்பதுதான் கௌரவம்"

"சரியாச் சொன்னே. என்ன நடந்தது?"

"கல்யாணத்தைத் தள்ளிப் போட்டிருக்கா."

"நல்ல காரியம். அன்பு முடியற இடம் கல்யாணமாகவா இருக்கும்."

சந்தியா ஓர் அரசு அலுவலகத்தில் என்ன சொல்வது, பணியா, வேலையா, கடமையா, தொழிலா, ஊழியமா? ஏதோ ஒன்றைச்

செய்துகொண்டிருந்தாள். மாசச் சம்பளம் வந்துகொண்டிருந்தது. வீட்டுக்கு அனுப்பியது போக, அறைக்கு வாடகை போக, உணவுக்குத் தந்தது போக, மீந்த பணம் மரியாதையாக வாழப்போதும். லஞ்சம் வாங்கக்கூடிய இருக்கைதான். ஆனாலும் அதை மறுத்து விட்டாள்.

மூர்த்தி ஒரு வேலைக்கு முயற்சி செய்துகொண்டிருந்தான். முன்னர் ஒரு பிரமுகரிடம் இருந்தான். கட்டுமானத் தொழில் செய்துகொண்டிருப்பதாகத்தான் அவன் நினைத்திருந்தான். மணல் திருட்டும் அரசியலும் அவரது முக்கியத் தொழில் என்று பின்னர் தெரிந்துகொண்டதும் வேலையை விட்டுவிட்டான். அவன் முதலாளி கவிதையும் எழுதினார். "ஏன் வேலையை விடுகிறாய்? ஒரு இன்ஜினீயருக்கு மற்றவர்கள் கொடுப்பதை விடவும் அதிகமாகத் தருகிறேனே" என்றார் கவிஞர்.

மூர்த்தி, சந்தியாவிடம் சொன்னான். அப்போது அவர்கள் பூந்தோட்டத்துக்குள் இருக்கிற ஓட்டலில், மரத்தடியில் போட்டிருக்கிற மேசைக்குப் பக்கம் அமர்ந்திருந்தார்கள். மஞ் சள் பூக்கள் பூத்துச் சொரிந்துகொண்டிருந்தன. நடைபாதையை மறைத்துக்கொண்டு பூக்கள் விழுந்து கிடந்தன.

"பூக்களை மிதித்துக்கொண்டு நடப்பது கஷ்டமா இருக்கிறது" என்றான் மூர்த்தி. அப்புறம் தொடர்ந்தான். "அது உண்மைதான்! சாதாரணமாக பி. இ. படித்தவர்களுக்கு மற்ற கான்டிராக்டர்கள் தருவதை விடவும் அதிகம் தருகிறார் என்பதில் சந்தேகம் இல்லை. ஆனால் ஊழலுக்கு எப்படித் துணை போவது?"

"வேலையை விட்டதுதான் சரி. நம் காலத்தில் பிரச்சனையே இதுதான். நம் பிரச்சனை அது. ஏதோ ஒரு வகையில் ஊழல் பரவி எல்லார் இடத்திலும் இடம்கொண்டு விட்டது. நம்மை காப்பாற்றிக் கொள்வதுதான் முதல் முக்கியம். என் மேசைக்கு ஒரு ஃபைல் வந்தது. அயோக்கினுக்கு அனுமதி கொடுக்கச் சொல்கிறார் என் ஆபீசர். பயனாளி வாங்கிக் கொடுத்த பட்டுப் புடவையை, ஆபீசர் பெண்டாட்டி தீபாவளிக்கு கவனி சாமிக்கு படைத்து காலையில் கங்கா ஸ்நானம் செய்துவிட்டு கட்டிக் கொள்கிறாள். எனக்கென்னவோ, புடவையை அந்தப் பயனாளித் திருடனே அவளுக்குக் கட்டி விட்டதுபோல் தோன்றியது."

ஒரு மஞ்சள் மலர் சுழன்று, மிதந்து மிதந்து இலைகளிடமோ கிளையிடமோ விடைபெறாமலே பெயர்த்துக்கொண்டு காற்றின்

பிரபஞ்சன் | 41

துணையோடு அவள் தலைமேல் வந்து தங்கி, பின் மேசை மேலே வந்து உருண்டது. சந்தியா அந்தப் பூவைக் கையில் எடுத்து வைத்துக்கொண்டு சொன்னான்.

"எப்படிப்பட்ட வாழ்க்கை இது. சத்தமே இல்லாமல், ஆர்ப்பாட்டம் இல்லாமல் எத்தனை நிறைவாக வாழ்ந்து முடிந்தது இது. இருந்தோம் என்பதுக்காகக் குதிக்கவும் இல்லை, போகிறோம் என்பதுக்காகப் புலம்பவும் இல்லை."

சற்று அமைதியாக இருந்துவிட்டு, அவள் சொன்னாள்.

"யாரோடு சுற்றுகிறாய் என்று எந்தப் பூவுக்கும் அதன் அப்பா கடிதம் எழுதி அவமானப்படுத்துவது இல்லை."

"அப்பா எழுதியிருக்கிறாரா?"

"ஆமாம்"

"பதில் எழுதியிருக்கியா?"

"எழுதி விட்டேன். அந்த மாதிரி சுற்றல் இல்லை. "அப்படியான சுற்றலைச் சுற்றும்போது உங்களுக்கு எழுதுவேன், எழுத வேண்டும் என்கிற கட்டாயமும் கடமையும் எனக்கு இல்லை என்றாலும்கூடன்னு எழுதியிருக்கிறேன்."

தெருவிலே ஒரு பறவை செத்து வீழ்ந்து கிடந்து மருட்டல் தருவதுபோல ஓர் அழுத்தமான மௌனம் அவர்களுக்கிடையே கவிந்தது.

"நீ ஒன்றும் கவலைப்பட வேண்டாம் மூர்த்தி. இது என்னோட பிரச்சனை. இதை எப்படித் தீர்த்துக்கொள்ள வேணும்னு எனக்குத் தெரியும். குளக்கரையில் உன்னைப் பார்த்த அந்த நிமிஷமே எனக்குத் தெரியும். நான் எதையெல்லாம் எதிர்கொள்ள வேண்டி இருக்கும் என்று"

"எனக்கு ஒரு கனவு வந்துகொண்டிருக்கிறது மூர்த்தி. சின்ன வயசு முதல், இப்போவரைக்கும் ஏதோ ஒன்று என்னைத் துரத்திக்கொண்டு வருது. நான் ஓடிக்கொண்டே இருக்கேன். துரத்துவது யார் என்று பார்க்கத்தான் ஆசை. முடியலை. ஒரு மாடோ, குதிரையோ, காண்டாமிருகமோ ஏதோ ஒன்று தடிமனா, இரைக்க இரைக்க ஓடுவேன். அப்புறம் விழிச்சுக்குவேன். உடம்பெல்லாம் வேர்த்து வடியும். வேர்வையைத் துடைச்சுக்கிட்டு சமயங்களிலே குளிச்சுட்டு, அப்புறம் படுக்கும் படியா இருக்கும்.

தூக்கம் வராது. வாழ்நாளெல்லாம் என்னை யாரோ துரத்திக்கொண்டே இருக்காங்கன்னு அச்சத்தோடயே வாழ வேண்டி இருக்கு."

மூர்த்தி அமைதியாக சந்தியா சொல்வதைக் கேட்டுக்கொண்டு இருந்தான். பழங்காலக் கற்கோயில்கள் நிறைந்த ஊரில், பாறையின் மேல் அமர்ந்திருந்தார்கள் அவர்கள்.

"துரத்துபவர்களைக் கண்டுபிடிக்க முடிஞ்சுதா?"

அவள் சற்று நேரம் அமைதியாக இருந்துவிட்டுச் சொன்னாள். "ஒருத்தர் ரெண்டு பேருன்னா கண்டுபிடிச்சுடலாம். ஏகப்பட்ட பேராக இருந்தா எப்படி?"

காலை பொலபொலவென்று விடியும்போது அப்பா வந்து சேர்ந்தார். இரவு முழுக்கப் பயணம் பண்ணிய சோர்வு, காலைப்பசி எல்லாவற்றுக்கும் மேலே கோபம். அப்பாவுக்கு யார் மேல் கோபம்? கோபப்பட வேண்டியவர்களையெல்லாம் விட்டு விட்டு, என் மேல் மட்டும் ஏன் மொன்னைக் கோபம்? யாருடனோ சுற்றுவதாகக் கேள்விப்பட்டாராம். சரி அதனால் என்ன? மானம் என்ற ஒன்று அவருக்கு இருக்கிறதாம். நான் சொன்னேன், "நான் பொய் சொல்வதில்லை. எந்தச் சூழ்நிலையிலும் துரோகம் செய்ததில்லை. யாரையும் காட்டிக் கொடுத்ததில்லை.

ஒரு பெண்ணுக்கு நேர்கிற அவலங்களிலேயே பெரிய அவலம், தன்னை நிரூபித்துக் காட்ட வேண்டி இருப்பதுதான். அப்பா, அது பரஸ்பரம் இரண்டு பேருக்குமே கௌரவம் இல்லாத விஷயம், இல்லையா? நான் அதைத் செய்யப் போவதில்லை. உங்கள் குழந்தைகள் மூடர்கள் இல்லை. அவர்கள் எந்தச் சூழ்நிலையையும் சமாளிப்பார்கள். ஆண்கள் நடுவிலே வாழ வேண்டி இருப்பதால் அதற்கேற்ப உடம்பையும் மனசையும் புத்திசாலித்தனத்தையும் பெண் அடைந்து விட மாட்டாளா?

மகளைச் சந்தேகிக்கும் தகப்பன், தன்னையே அவமானம் செய்துகொள்கிறான். போங்கள்!"

அப்பா தலையைத் தொங்கப் போட்டுக்கொண்டு போனார்.

"அப்படி வருத்தப்படும்படி நீ பேசியிருக்க வேண்டியதில்லை."

"உடனே நீ சந்தர்ப்பத்தைப் பயன்படுத்திக்கொண்டு அறிவுரை செய்யக் கிளம்பிடாதே. நான் அவர் மகள் என்பதைக் காட்டிலும் மனுஷி என்பது எனக்கு முக்கியம். பெண்ணை

ஆக்ரமிக்கிறவர்கள் எல்லோரும் அப்பா, அண்ணா, கணவன் என்ற உரிமையில்தான் அதைச் செய்கிறார்கள். அவர்கள் இடத்தை அவர்களுக்கு, அவர்கள் உரிமையை அவர்களுக்கு ஆரம்பத்திலிருந்து உணர்த்திவிடுவதுதான் என் ஆரோக்கியத்துக்கு நல்லது”

“இவர்களோடுதானே வாழ வேண்டி இருக்கிறது.”

“அதனால்தான் அப்படி இருக்க நேர்ந்துவிடுகிறது. காலேஜ் நாட்களில் ஒரு பையன் என்னுடன் நெருக்கமாக இருந்தான். எனக்கும் அவன் மேல் ஈர்ப்பு இருந்தது. அண்ணனுக்குப் பொறுக்கவில்லை. கடுமையாகப் பேசினான். அந்தப் பையனையும் மிரட்டினான். நான் “ஜாக்கிரதை, உன் மரியாதையைக் கெடுத்துக்கொள்ளாதே, நான் எதைச் செய்கிறேனோ, அதைத் தெரிந்தே செய்கிறேன்.” என்று சொன்னேன். வீட்டில் அல்ல, நான் அந்தப் பையனுடன் ஒரு ரெஸ்டாரன்ட்டில் இருந்தபோது இந்த முட்டாள் கலாட்டா பண்ணினான். ஒரு கட்டத்தில் அவனை அறைய நேர்ந்தது. பெண்களுக்குப் பலம் இல்லை என்று பலமில்லாத முட்டாள்களே சொல்கிறார்கள். பலமும் வீரமும் மனசில். உன்னையும் ஒரு அடியில் வீழ்த்த முடியும் என்னால்!”

மூர்த்தி சொன்னான்.

“ஆண்மை என்று ஒன்று இல்லை. அதுபோலப் பெண்மை என்று ஒன்றும் இல்லை. மனிதத்தன்மை என்ற ஒன்றுதான் இருக்கு. ஆண்மை அல்லது ஆளுமை என்ற வார்த்தையைத்தான், ஆண்கள் தங்களுக்குச் சாதகமாக ஆண்மை என்று மாற்றிக்கொண்டார்கள்”

வரும் வழியில் நுங்கு, இளநீர், பஜ்ஜி என்று கண்ணில் பட்டதையெல்லாம் வண்டியை நிறுத்தி வாங்கிச் சாப்பிட்டுக்கொண்டே வந்தாள் சந்தியா.

“ராத்திரி சாப்பிடப் போவதில்லையா நீ?”

“எனக்கு உன்னைப் போன்ற ஒரு சினேகிதன், இட்லிகளைப் பொட்டலம் கட்டி வைத்துக்கொண்டு காத்திருப்பான். நான் மறந்தாலும் என்னை மறக்காத பையன். மழை அவனுக்காகத்தான் பெய்கிறது. உடனே உன் விஞ்ஞான மூளையைத் தட்டி எழுப்பாதே. அதோ அந்த ஆலமரம்போல இருப்பான்...”

சந்தியா, தன் விடுதிக்கு வந்து சேர்ந்தபோது, இரவு பத்துக்கு மேலாகியிருந்தது. பகல் அழுக்கைக் கழுவிக் களைவது அவள்

வழக்கம். குளித்தாள். இரவு உடைக்கு மாறினாள். அறைக் கதவைத் தட்டும் சப்தம் கேட்டது. திறந்தாள். அந்த முஸ்லிம் பையன் கொடுத்துவிட்டுப் போனான் என்று சொல்லிக்கொண்டு இட்லிப் பொட்டலத்தைத் தந்தாள், விடுதிக் காப்பாளி.

"அவன் பெயர் சுலைமான்." என்றாள் சந்தியா.

"அது எனக்குத் தெரியாது. மணி பத்துக்கு மேலாகி விட்டது. விடுதிச் சட்டப்படி ஒன்பது மணிக்குள் எல்லோரும்..."

"வந்து கூட்டுக்குள் அடைஞ்சுடணும். தெரியும். வேலைகள் ஒன்பது மணிக்குள் முடியவில்லை. என்ன பண்ணுவது"

"அப்படியென்றால் நீங்கள்..."

"அடுத்த மாதம் காலி பண்ணிக் கொள்கிறேன்."

காப்பாளி அழுக்கு உள்ளாடையைப் பார்ப்பதுபோல் சந்தியாவைப் பார்த்துவிட்டு அகன்றாள். இப்போது சந்தியாவுக்குப் புதுப் பிரச்சனை. அடுத்த மாதத்துக்குள் புது அறை தேட வேண்டும்.

அவள் ஒரு சி. டி. யை எடுத்து இயக்கிச் சுழலவிட்டாள். அறை இசையால் நிரம்பியது. ஷிவ்குமார், குர்ஜாரி தோடியில் இருந்தார். எதனாலோ, சௌக்யமுலேது என்கிற சப்தம் மனதில் தோன்றியது. தோடி சாமத்தைக்கொண்டு வருமா என்ன? அழுகை அடைந்தது. அவள் கண்களில் நீர் திரண்டது. அந்த அமைதியைக் கத்தியைக்கொண்டு கிழித்ததுபோல செல்பேசி அழைத்தது. யாராக இருக்கும் இந்த அபஸ்ருதி? எதிர்முனையில் ரகு.

"என்ன இந்த நேரத்தில்?" எரிச்சல் தோன்றும்படியாக அவள் பேசினாள்.

"பகல் முழுக்க நாலு முறை கூப்பிட்டேன்."

"ஸ்விட்ச் ஆஃப் பண்ணி வச்சிட்டேன். தொந்தரவுக்கு அதுதான் என் பதில்"

"எங்கே போயிருந்தே?"

எரிச்சல் மண்டியது. ஒரு ஆண் அவளை எதிர்ப்படுகிறான்.

"என் நண்பரோடு அவுட்டிங்"

கொத்தும் திகைப்புடன் ரகு பேசியது மகிழ்ச்சியாக இருந்தது. சே... இது என்ன தாழ்ந்த விளையாட்டு. நான் அதைச் செய்யலாமா. அவன்போல் நான் மாறுவது எனக்கு இழுக்கு.

பிரபஞ்சன் | 45

“நான் உனக்குப் பலமுறை சொல்லியிருக்கேன். இப்படி எல்லாம், இந்த நேரத்தில், எந்த நேரத்திலும் பேசாதே. கௌரவமான மனிதனாக இரு ரகு”

அவள் முடித்துக்கொண்டாள். சராசரியாக ஆண்டுக்கு ஒருத்தன் அவளைக் குறுக்கிடுகிறான். நடனம் ஆடி அவளைக் கவர முயல்கிறான். சர்க்கஸ் பபூனைப்போல ஆடை அணிந்துகொண்டு நகைச்சுவை காட்டுகிறான். இதற்கெல்லாம் என்ன பெயர்? என்ன அர்த்தம்? எல்லாம் இன்னொரு நிலத்தை ஆக்கிரமிக்கிற எத்தனிப்பு அல்லாமல் வேறு என்ன? ஆக்கிரமிப்புக்குப் பிறகு என்ன நடக்கும்? அதிகாரம் நடக்கும். அதிகாரத்துக்குப் பயன் அடிமைத்தனம். அது விஸ்தரிக்கப்படும். அடிமைகளின் எண்ணிக்கை பெருகப் பெருக ஆண்டைகளுக்கு மகிழ்ச்சி. அடிமை ஒன்று உருவாகும்போது ஆண்டையும் அடிமையாகிறான் என்பதை இந்த முட்டாள்கள் ஏன் அறிவதில்லை?

மறுநாள் அலுவலக மதிய உணவு வேளை கடந்தும் தன் இருக்கையில் அமர்ந்து முடிக்க வேண்டிய வேலையில் ஆழ்ந்திருந்தாள் சந்தியா. எதிரில் இருக்கும் நாற்காலியில் வந்து அமர்ந்தான் ரகு.

“சந்தியா, ஏன் என்னைப் புறக்கணிக்கிறே.?”

“நீ பொருட்படுத்தப்பட வேண்டியவன்னு நான் நினைக்கலே”

“நீ என்னை அவமானப்படுத்தறே?”

அவன் மேலும் தன் அசட்டுத்தனத்தை விரிக்கத் தொடங்கினான்.

சந்தியா எழுந்து நின்றாள். கையைக் கதவுக்கு நேராக நீட்டிக் காட்டினாள். அவள் முகம் அவள் சொல்ல வேண்டியதைத் தொடர்ந்து உணர்த்தியது. ரகு வெலவெலத்துப் போனான். அவள் உடல்மொழி மிக உரத்துக் கேட்டதை முட்டாளும் உணரும்படி இருந்தது. ரகு எழுந்து நடந்தான். சரியாக அதே நேரம் எம். டி. உள்ளே நுழைந்தார்.

சந்தியா நின்ற நிலையை, அவள் கையை, கதவைச் சுட்டிய விரலையும் ரகு பம்மிப் பம்மிப் போவதையும் அவர் பார்த்தார். அவருக்கு எல்லாம் விளங்கியது.

“என்ன நடக்கிறது இங்கே” என்றார்.

“ஒன்றுமில்லை சார், சின்ன விஷயம்”

"ரகு இங்க வா. திரும்பவும் ஆரம்பிச்சுட்டியா..." எம். டி அறையில் விசாரணை நடந்தது. சந்தியா சொன்னாள். ஒன்றுமில்லை சார். ரகு தங்கை காலேஜ்ல சேரப் போறால்லியா... அதுக்காக சுரிதார் வாங்கணும் அவனுக்கு. எந்தக் கடையில வாங்கலாம்னு கேட்டுக்கொண்டிருந்தார்."

எம். டி. சந்தியாவை உற்றுப் பார்த்தார்.

"நீ இவனைக் காப்பாத்தலாம்னு நினைக்கிறே... இவனைக் காப்பாத்துற அந்த நேரம், பல பெண்களுக்கு நீ எதிரா இருக்கே..."

மெல்ல சந்தியா சொன்னாள்.

"அசட்டுப் பையன் சார், மன்னிச்சிடுங்க".

"ரகு ஆபீஸ் சூழ்நிலையையே கெடுத்துக்கிட்டு இருக்கே. இப்ப சந்தியா உன்னைக் காப்பாத்திட்டிருக்காங்க. அடுத்தமுறை உன்னை யாராலும் காப்பாற்ற முடியாது, போ..."

ரகுவும் சந்தியாவும் வெளியே வந்தார்கள்.

"ரொம்ப நன்றி சந்தியா"

"தேவை இல்லை. இன்னொரு முறை என்னைத் தொந்தரவு பண்ணாதே..."

"எதுக்காக என்னைப் காப்பாத்தினே?"

"உன் குடும்பம் கஷ்டப்படக்கூடாதுன்னு. நீ அசட்டுப் பையன் அயோக்கியன் இல்லை".

"இல்லை. வேறு காரணம்?"

"என்ன காரணம்?"

"நீ என்னைக் காதலிக்கிறே. அதானே காரணம்?"

இவனை என்ன பண்ணலாம் என்று அவனையே பார்த்துக்கொண்டு நின்றாள் சந்தியா.

சந்தியாவுக்குப் பல பெயர்கள், சிட்டுக்குருவி, பட்டாம்பூச்சி, கால்களில் சக்கரம் கட்டியவள், என்று. எங்கும் இருப்பாள். வீட்டில் சோபாவில் ஏதாவது வைத்துக்கொண்டு விளையாடுவாள். சட்டெனத் தோட்டத்தில் இருப்பாள். தெருவில் பலூன்காரரோடு வேடிக்கை பார்த்துக்கொண்டு நடப்பாள். தெருவில் யானை வரும். பிச்சை கேட்கிற யானை. பிச்சை வாங்கிக்கொண்டு தலையில் கையை வைத்து ஆசி சொல்லும் யானை. அதன் பின்னால் கூச்சலிட்டுக்கொண்டு நடப்பாள்.

எல்லாம் இப்போது இல்லை. வீட்டில் இருட்டு மூலையில் அடைந்து கிடப்பாள். அம்மாவைக் கட்டிக்கொண்டு இருப்பாள்.

அந்த மாலை ஒரு கரடி வேஷம் போட்டவனைத் தொடர்ந்து வெகுதூரம் போனாள். ஒரு சவுக்குத் தோப்பின் ஊடாக நடந்தாள். பகலிலேயே இருட்டு பரவிய மரச் செறிவு. தன்னைத் தொடர்ந்து யாரோ ஒருவர் வருவது தெரிந்தது. அதன் பிறகு வீட்டுக்குள்ளேயே அடைந்து கிடந்தாள். வெயிலைப் பார்க்கவும் பயந்தாள். கோடு கிழித்ததுபோலச் செல்லும் எறும்புக் கோடும் அவளுக்கு பயம் தந்தது. கைக்குழந்தையாக இருந்தாள் தங்கை. குழந்தை அழுதால்கூட அவள் பயந்து, உடம்பு வெடவெடக்க அம்மாவை ஒண்டிக்கொண்டாள்.

சந்தியா, மூர்த்தியிடம் சொன்னாள்.

"அதுக்குப் பிறகு, கண்ணைத் திறந்தால் இருட்டு மட்டும் தெரிந்தது மூர்த்தி. அடிக்கடி வலிப்பு வந்தது. பேச்சு திக்கியது, என்னை சித்தி வீட்டுக்கு அனுப்பி வச்சது அம்மா. சித்திதான் என் உயிரை மீட்டுத் தந்த கடவுள். எல்லா ஆம்பிளையும் கெட்டவர்கள் இல்லை என்ற புரிதலை அடைய எனக்கு எட்டாண்டுகள் பிடித்தன. பகலில், காய்கறிக்கடைக்குப் போய் வாங்கிக்கொண்டு திரும்பும் தைரியம் எனக்கு அப்புறம்தான் வந்தது. அப்புறம் நிறைய எக்ஸாம்கள். எப்படியோ படித்துத் தேறி, வேலைக்கும் சேர்ந்து விட்டேன். இல்லையென்றால் பிச்சைக்காரியாகத் திரிவேன். இப்போதும், புது ஆண் என் பக்கத்தில் வந்து நின்றால் எனக்கு உடம்பு நடுங்கத் தொடங்கும்."

"அப்புறம் என்ன, யார் நீ, என்கிற பதற்றம் வரும். முன்னால் இருப்பவரை அடிக்கலாமா, தூக்கலாமான்னு தோன்றும்."

சிரித்துக்கொண்டு சந்தியா சொன்னாள்.

"சாரி, உன்னிடம்கூட அப்படித்தான் நடந்துக்கொண்டேன். நம் முதல் சந்திப்பில், கூட்ட நெரிசலில் விபத்தாக சாய்ந்த உன்மீது கோபப்பட்டு அடிக்கக் கைதூக்கியதும் அப்படித்தான்.!"

"ஏன் இப்படி எரிமலை மாதிரி எரிந்துகொண்டிருக்கிறாய்?"

"உண்மையைச் சொல்லட்டுமா? என் கோபத்தில் பெரும்பாலும் பொய். கோபக்காரி, எரிச்சல்படுபவள், மனத்தத்துவப் பிரச்சனைக்காரி என்றெல்லாம் என்னைப் பற்றிய அபிப்பிராயத்தை நானே படர விட்டேன். பாதிக்கு மேல்

ஜனங்கள், ஆண்கள் என்னிடம் இருந்து ஒதுங்கிக்கொண்டார்கள். ஒருவன் என்னிடம் இருந்து விலகும்போது, ஒரு பிரச்சனையும் என்னிடம் இருந்து விலகுகிறது"

"ஆண்கள் பார்த்தவுடன் கையைப் பிடிக்கிறார்களா?"

"இல்லை, அது எனக்குத் தெரியும். எல்லா ஆண்களும் பெண்களும், பெண்கள் மேல் மோசமான அபிப்பிராயம்கொண்ட சமூகத்தின் தயாரிப்புகள்தானே. நட்புகொண்டு, பழகி அதுக்குப் பிறகு பிரிகிற வலியை முன்கூட்டியே தவிர்த்துக்கொள்ளலாம்தானே?"

"விலகி விலகிப் போவதால் அனுபவத்தையும் சினேகத்தையும் நீ இழக்கிறாயோ என்று எனக்குப் படுது. இருந்தாலும் இது உன் வாழ்க்கை!"

"கரெக்ட்.... நான் என் கதவுகளைச் சாத்திக்கொள்ளவே ஆசைப்படுகிறேன். இது என் வாழ்க்கை. இது எனக்களிக்கப்பட்ட ஒரு கோப்பைத் தேநீர். இதை நான் உட்கார்ந்தும் சாப்பிடுவேன். நடந்துகொண்டும் ஆடிக்கொண்டும் கூடச் சாப்பிடுவேன்."

"சாப்பிடலாம். ஆனால் தேநீரைச் சிந்திவிடக்கூடாது. இன்னொரு கப் தேநீர் தரப்படமாட்டாது"

"தெரியும். எனக்கு நிறைய தேநீர்க் குவளைகள் தரப்பட்டனதான். ஆனால், அவற்றில் தேநீர் இல்லை.!"

நண்பர்களைத் தேர்வு செய்வதில் நான் ஒரு முட்டாள். நீட்டப்படும் கைகள் எது என்றாலும் நான் பற்றிக் கொள்கிறேன். அது பேயின் கைகளாகவும் இருக்கக்கூடும், என்று நான் யோசிப்பதே இல்லை. ஒரு மழை நாள். மழை கல்யாணவீட்டுப் பன்னீர்த் தூவல் மாதிரி இருந்தது. நான் என் சிநேகிதி பிலோமினா திருமண வரவேற்பில் கலந்துகொண்டுவிட்டு வீடு திரும்ப பஸ்சுக்குக் காத்திருந்தேன். பிலோமினாவின் சிநேகிதன் ஒருவன் அப்போதுதான் அறிமுகமானவன். என் இலைக்கு இனிப்பு பரிமாறியவன். நிறைய சிரிக்கிறவனாக இருந்தான். நான் இனிப்பு சாப்பிடுவதில்லை என்றேன். "ஏன்" என்றான். "சொல்றதுக்கில்லை" என்றேன். "ஸ்வீட் உடம்பைப் பெருக்க வைத்துவிடும் என்கிற பயமா?" என்றான். "என் உடம்பைப் பற்றி நானே கவலைப்படுவதில்லை. நீ எதுக்குக் கவலைப்படுகிறாய்" என்றேன். நான் உடம்பல்லவே. பேசாமல் போய்விட்டான். என் வீட்டைக் கடந்துதான் அவன் போக வேண்டி இருக்கும்.

ஆகவே, "என் வண்டியில் போகலாமே" என்றான். "சரி" என்றேன். என் பிரச்சனை இங்குதான் தொடங்குகிறது. மூர்த்தி. யார் முகத்தையும் வாடச் செய்துவிடக்கூடாது என்பதற்காக, எனக்குப் பிடிக்காததையும் செய்வது என் பலவீனம்.

கோபக்காரியாக வேஷம் போட்டு மனிதர்களைத் தடுத்துக் கொள்கிறேன். யார் கையையும் பற்றிக் கொள்கிறேன். மனத்தத்துவம் படித்த நண்பன் நான் உடைந்து போனவள் என்கிறான். இருக்கட்டுமே, உடையாமல் இருப்பவர் யார்? உடைவது கண்ணாடியாக மட்டும்தானே இருக்கக்கூடாது. இருந்தால் என்ன? அவன் வண்டியின் பின்னால் அமர்ந்துகொண்டேன். வண்டி போய்க்கொண்டிருந்தது. அடுத்த ஆறு மாதம், ஒரு வருஷம் அவன் வண்டியின் பின்னால் நான் போய்க்கொண்டே இருந்தேன். பல நாட்கள் எனக்குத் தோனும். எதுக்கு இது? இதனால் நான் என்ன பெறுகிறேன்? பெற்றேனா, தருகிறேனா, என்னதான் நடக்கிறது? ஒன்று தெளிவாகப் புரிந்தது. அவன் ஊசி, நான் நூல். அவன் வழி நான் போய்க்கொண்டே இருந்தேன்.

எனக்கு அவனைப் பிடித்திருந்தது. அவனைப் பார்க்கவும் பேசவும், அவனோடு இருக்கவும் எனக்குப் பிடித்தது. எனக்குள் வெற்றிடம் நிரப்பப்படுவதுபோல எனக்குத் தோன்றியது. அல்லது நிரப்பப்பட்டிருப்பது காலியாக்கப்பட்டதா, தெரியவில்லை.

படிகள் ஒவ்வொன்றாக ஏறிக் கடந்தோமா அல்லது இரண்டு இரண்டு படிகளாக ஏறினோமா, தெரியவில்லை. இது காதல் என்று நான் தப்பினேன், காதலில் என்ன இன்பம், காதலிக்கப்படுகிறோம் என்பதுதானே. அது என்னைச் சந்தோஷத்தில் ஆழ்த்தியது. காதலில் அடுத்தவரின் இயல்பு, இயற்கை, கலை, தேர்வு, வண்டி, ஒழுக்கம் இவை எல்லாம் கவனிக்கப்பட வேண்டும் என்கிறார்கள். சரிதான், பிரச்சனை என்ன என்றால், இதை எல்லாம் காதலர்கள் கவனிக்கிறார்களா என்பதுதான். ஒரு பரவச மேகம் வந்து அவர்கள் இருவரையும் மூடிவிடுகிறதே. அந்த மேக மூட்டத்தில் அவர்கள் அவர்களையே பார்க்க முடிவதில்லையே. அப்புறம் மற்றவரை ஆராய்வது எப்படி? ஆனால், அது அப்படித்தானே இருக்கிறது. காதல் என்பது உடம்பா. ஆத்மாவா? தெய்வீகக் காதல், நாத்திகக் காதல் என்றெல்லாம் காதல்கள் இருக்கின்றனவா?

உடம்பு இல்லாமல் உயிர் ஏது? உடம்பு இல்லாமல், வீடு, வாசல், வேலை, சம்பளம் எல்லாம் எதுக்கு? காதல், கல்யாணம் என்றெல்லாம்தான் எதுக்கு, ஆனால் உடம்பை உடம்பா இயக்குகிற

நம் உணர்ச்சிகள், அந்த உணர்ச்சிகளை நம் வாழ்க்கை முறை படிப்பு, பண்பாடு, சமூகம் பற்றிய பயம் இவை எல்லாம்தானே இயக்குகிறது. பயம் பயம்தான். தனியார், சமூகம், தருகிற பயம். அப்பா, அம்மா உறவுகள் தருகிற பயம்.

"பயம் எதுக்கு?" என்றான் அவன். அவன்தான் என் காதலன். பெயர் வேண்டுமே. "சதாசிவம் என்று வைத்துக் கொள்."

"நீ நெருப்பா, தண்ணீரா என்று தெரியவில்லையே. எப்போது சுடுவாய், குளிர்வாய் புரியவில்லையே!"

"நாம் சந்தித்து ஒரு வருஷத்துக்கு மேல் ஆகிவிட்டது சந்தியா"என்றான் சதாசிவம்.

"சதா ஓர் ஆயுளை உன்னோடு இணைத்துக் கொள்வதுதான் கல்யாணம் என்றால், ஒரு வருஷம் பெரிசா, எனக்கு இன்னும் உன்னைப் பற்றிய சித்திரம் முழுசாக உருவாகவில்லை. என்ன செய்யலாம்?"

"உருவாகும் என்று நம்புகிறாயா?"

"தள்ளிப் போடலாம்."

தள்ளிப் போட்டோம்.

அவன் உள்ளுக்குள் காயம் பட்டிருக்கிறான் என்று எனக்குப் புரிந்தது. ஆனால், எனக்கும் பயம். தப்புதான், என் சொந்த அனுபவம் இன்னொருவனை வளைத்துக்கொண்டிருக்கிறது. நாங்கள் இருவரும் ஆறு மாத காலம் பிரிந்திருப்பது என்று ஒரு யோசனையை நான் சொன்னேன்.

"எதுக்குப் பிரிவது?"

"பிறகு சேர்ந்துகொள்ள!"

"பிரிந்திருப்பதால் என்ன பிரயோசனம்?"

"பிரிவு, உக்கிரமான நினைப்பை ஏற்படுத்தும். பரஸ்பரம் நம் இருவர் பற்றியும் நாம் இடைவிடாது சிந்தித்துக்கொண்டே இருப்போம். சாதக பாதகம் தெளிவாகத் தொடங்கும். பாதகம் அதிகமானால், அப்படியே பிரிந்து விடலாம் இல்லையா?"

அவன் திகைத்துப் போனான்.

"சதா... உனக்கும் யோசிக்க ஒரு சந்தர்ப்பம் வாய்க்குமே. எதிர்காலம் நமக்கு நன்றாக இருக்க வேண்டும் என்றால், இந்த முயற்சியை நாம் மேற்கொள்ளத்தான் வேண்டும்."

அதற்குப் பிறகு அவன் செயல்படத் தொடங்கினான். தினம் குறைந்தபட்சம் ஆறு முதல் பத்துக் குறுஞ்செய்திகள் அனுப்பத் தொடங்கினான். பக்கம் பக்கமாக இ. மெயில் அனுப்பிக்கொண்டிருந்தான். என் அலுவலகம் முன், எதிர் பிளாட்பாரத்தில் இருந்த புன்னை மரத்தின் கீழ் நின்று என் கவனத்தைக் கவர்ந்துகொண்டிருந்தான். என் தெருவில் மேலும் கீழும் தன் பைக்கில் சுற்றிக்கொண்டிருந்தான். நாளாக நாளாக என்னதான் நடக்கிறது என்று நானும் இதை வேடிக்கை பார்த்துக்கொண்டிருந்தேன். அம்மாவிடம் ஒருநாள் இதை நான் பேசினேன்.

"ஜாக்கிரதை" என்று சொன்னதோடு நிறுத்திக்கொண்டாள். அப்பா, "எப்படியாவது ஒழி" என்றார். அவருடையது அந்த பாஷை. இதுக்கு அப்புறம் தன் ரத்தத்தைத் தொட்டு எனக்குக் கடிதம் எழுதினான்.

மனிதர் எல்லோர்க்கும் ஒரு பலவீனமான தருணம் இருக்குமே...

எனக்கும் அது வந்தது.

நாங்கள் ஒரு உணவு விடுதியில் சந்தித்தோம். கல்யாணம் என்கிற இனம் தெரியாத பிரதேசத்துக்குள் அல்லது தெரிந்தே விழுகிற கிணற்றுக்குள், அவன் அதைச் சொர்க்கம் என்றான். விழலாமா என்று கேட்டான்.

"சரி" என்றேன்.

பேருந்து நிலையத்துக்கு முன் காலை ஐந்து மணிக்குச் சந்திப்பது என்று முடிவெடுத்தோம். மாற்றுக்கு நாலு துணி போதும் என்றான் அவன். எங்கள் திட்டம், ஆறு மணிக்குக் கோயிலில் வைத்துக் கல்யாணம் பண்ணிக் கொள்வது. அவன் கார் எடுத்துக்கொண்டு வருவதாகச் சொன்னான்.

நான் சரியாக என் பெட்டியுடன் பேருந்து நிலைய வாசலில் இருந்தேன். நான் செல்லில் அவனை அழைத்தேன். செல் ஆஃப் பண்ணி வைக்கப்பட்டிருந்தது.

ஆறு மணி ஆயிற்று. எட்டும் ஆயிற்று.

அவன் வரவில்லை.

சுமார் ஒரு மாதத்துக்குப் பிறகு, அவனை எதேச்சையாக ஓர் உணவு விடுதி வாசலில் சந்தித்தேன்.

"என்ன சதா, கார் கிடைக்கலியா" என்றேன்.

அவன் முகம் மேலும் அசட்டுத்தனம் பெற்றது. என்னவோ உளறினான். யாரோ ஒரு திருடனைப் பார்ப்பதுபோல், ஒரு காமுகனைப் பார்ப்பதுபோல் எனக்குத் தோன்றியது. நான் பேச்சை நிறுத்திக்கொண்டு அகன்றுவிட்டேன்.

"மூர்த்தி... இப்படியாக இருந்தது என் அனுபவம். இந்த அனுபவத்தைக்கொண்டு மனித வர்க்கத்தையே சந்தேகிக்கக் கூடாது. ஆனாலும் சந்தேகிக்கிறேன். நீ எப்படி?"

அவன் அதிர்ச்சியுடன் சந்தியாவைப் பார்த்தான்.

நீ எப்படி என்று மூர்த்தியைப் பார்த்து சந்தியா கேட்ட கேள்வி, அவனை அதிர்ச்சியடைய வைத்தது. ஓர் அயோக்கியனின் கதையைச் சொல்லிவிட்டு நீ எப்படி என்றால் என்ன அர்த்தம்? அவன் முகம் லேசாக இருண்டதை சந்தியா பார்த்தாள்.

"சாரி! உன்னைக் காயப்படுத்த வேண்டும் என்று நான் அப்படிச் சொல்லலை. நீன்னு நான் மூர்த்தியைக் கேட்கலை. ஆயிரம் ஆயிரம் ஆண்டுகளாக சந்தியாக்களுடன் பழகுகிற மூர்த்திகளில் நேராக இருப்பதால் உன்னைக் கேட்கிறேன்" என்று உண்மையாகவே வருத்தம் தெரிவிக்கும் மனோபாவத்துடன் சொன்னாள் சந்தியா.

மூர்த்தி, அவள் கண்களைப் பார்த்துக்கொண்டு கேட்டான். உனக்குச் சில நபர்களால் அல்லது ஆண்களால் சங்கடம் ஏற்பட்டிருக்கிறது.

"உண்மைதான். உனக்கு மட்டுமில்லம்மா. இந்த நாட்டில் பல பெண்களுக்கு அவர்கள் பெண்கள் என்பதாலேயே பிரச்சனை ஏற்பட்டிருக்கிறதுதான். அதனால், நான்கைந்து அயோக்கியர்களை முன்னால் நிறுத்தி ஆண்களே அயோக்கியர்கள் என்ற முடிவுக்கு வந்துவிடுவது எந்த அளவுக்குச் சரி?"

"உண்மைதான். யாரோ ஒன்றிரண்டு பெண்களைக்கொண்டு பெண் இனத்தைப் பேசுவது எப்படித் தவறோ அப்படித்தான் இதுவும். ஆனால், ஒன்று புரிந்து கொள் மூர்த்தி, என்னை நடுவில் வைத்து, பத்துப் பேய்கள் சுற்றிச் சுற்றி வந்து என் ஆடையைக் கிழிப்பதுபோல, என்னைச் சுற்றி இருக்கும் எல்லாம், எல்லாமும் என்னைக் குறிவைக்குதுப்பா... என் ஆபீசர் சொல்றான். 'நீ தனியாள்தானே... ஞாயிற்றுக்கிழமையும் வந்து ஃபைல்களைக் குளோஸ் பண்ணே'ங்கறான். தனிப் பொம்பளைக்கு வீடு

இல்லேங்கறான் வீட்டுக்காரன். வீட்டுக்குள்ளேயே ஆம்பிளைப் புள்ளைக்குக் கொம்பு முளைச்சதா தாயே முட்டாள்தனமா நினைக்கிறா, எல்லாமே பொம்பிளைக்கு எதிராகத்தானே இருக்கு. அப்புறம் நம்பிக்கை எப்படி வரும்?”

மூர்த்தி பதில் பேசாமல் கேட்டுக்கொண்டிருந்தான்.

மூர்த்தியின் சகோதரி அன்று மதியம்போல சந்தியாவைப் பார்க்க அலுவலகம் வந்தாள். பெர்மிஷன் போட்டுவிட்டு அவளை அழைத்துக்கொண்டு நல்ல உணவு விடுதி தேடிச் சென்றாள். எதிர் பார்த்தபடி கூட்டம் இல்லை. கூட்டம் இருந்தால் சப்தம் இருக்கும். ஆண்ட இனத்துக்கு சப்தம் இல்லாமல் பேசத் தெரியாது. ஒரு மூலையில் போய் அமர்ந்தார்கள். ரஞ்சனி வெளிநாடு சென்று படிக்க வாய்ப்பு கிடைத்திருக்கிறது. செலவை அவள் பணியாற்றும் நிறுவனமே ஏற்றுக் கொள்ளும்.

ரொம்ப நல்ல விஷயம். இரண்டு வருஷங்கள் போனது தெரியாமல் போய்விடும். ஆனால் திரும்பி வந்த பிறகு வாழ்க்கை வசதியாகிவிடும். இதைச் சொன்னாள் சந்தியா... வெளிநாடுகளைப் பயன்படுத்திக்கொள்ளலாம். ஆனால், இந்தியாவில்தான் வேலை செய்ய வேண்டும். ரஞ்சனி மீன், இறைச்சி சாப்பிடக்கூடியவள். வெளிநாட்டு வாழ்க்கை பிரச்சனை இருக்காது.

சட்டென்று நினைவுக்கு வந்ததால், சந்தியா கேட்டாள்.

“உன் சினேகிதன் என்ன சொல்கிறான்?”

ரஞ்சனி தலை குனிந்தபடி சொன்னாள்.

“அவனுக்கு நான் மேலே படிக்கிறது பிடிக்கலை. வேணாம்னு சொன்னான். இல்லை, என் படிப்பு எனக்கு முக்கியம். என் முன்னேற்றம் எனக்கு முக்கியம்னு சொன்னேன்...”

“விடு சனியனை” என்றாள் சந்தியா.

“எதை விடவும் சினேகம் முக்கியம். அதைவிடவும் உன்னோட தீர்மானம், உன்னோட முடிவு முக்கியம். வீட்டோட இருந்து சமைச்சுப் போட்டு, பிள்ளை பெற்றுக் கொடுத்து டாட்டா காட்டி புருஷனை வேலைக்கு அனுப்பும் பாவப்பட்டப் பெண்ணை அவன் உன்கிட்ட தேடியிருக்கான். இந்த மாதிரி பசங்கள்தான் அதிகம் இருக்கானுங்க இப்ப!”

ரஞ்சனியை நினைக்கப் பெருமையாக இருந்தது. இவள்தான் இன்றைய இளம் தலைமுறையின் சரியான பிரதிநிதி.

"வெளிநாட்டுக்குப் போக வேண்டாம்னு சொல்றானா, எது அவன் பிரச்சனை?"

"வெளிநாட்டுக்குப் போகலாம். ஆனால், கல்யாணம் முடிஞ்சு அல்லது நிச்சயதார்த்தம் முடிஞ்சு போகலாம்னு சொன்னான்"

"பயம், அவன் மேல அவனுக்கே நம்பிக்கை இல்லை."

"கடைசியா, இது வேணாம்னு நான் முடிவெடுத்துட்டேன்."

"சும்மா விட்டிருக்க மாட்டானே..."

"அப்புறம்தான் அவன் பொறுக்கி முகத்தைப் பார்க்க முடிஞ்சுது. செல்லுக்கெல்லாம் பேசுவான். நான் அவனை ஏமாத்திட்டதா எல்லார்கிட்டயும் சொல்லிக்கிட்டு திரிஞ்சான். நான் போகிற இடத்துக்கெல்லாம் வந்தான். நல்லவேளை குரூரமா போயிடலை. ஒருவழியா ஓதுங்கிட்டான்."

"அப்பா என்ன சொன்னார்?"

"வெளிநாடு வேண்டாம்னார்."

"அம்மா"

"அம்மாவுக்குன்னு தனிக் கருத்து இருக்கா என்ன"

"எல்லா அப்பா அம்மாக்களும், அவர்களுக்குத் தெரியாமலேயே தம் பெண்ணுக்கு எதிராகவே சிந்திக்கிறாங்க"

"என் அண்ணன் மூர்த்தி மட்டும்தான் நான் செய்யறது எல்லாம் சரின்னு ஆதரிச்சவன்."

மூர்த்தி, பணத்துக்காக அலைந்துகொண்டிருந்தான். அலுவலக உதவி என்று ஒன்றும் இல்லாது, நண்பர்களிடம், அலைந்துகொண்டிருந்தான்.

"இன்னும் எவ்வளவு தேவைப்படும் ரஞ்சனி?"

"கையில் ஒரு லட்சத்துக்கு டாலர் வேணும்" இதைத் தயங்கிய படியே சொன்னாள் ரஞ்சனி.

பார்க்கலாம். மற்ற வேலையைச் செய்து முடியென்று அப்போதைக்கு ஏதோ ஒரு நம்பிக்கையில் சொன்னாள். அடுத்த இரண்டு நாள்கள் இதற்காகவே ஒதுக்கினாள். விடுமுறை போட்டாள். நண்பர்கள் எல்லோரையும் சந்தித்துப் பேசினாள். லோன் போடும் வாய்ப்பு உள்ளவரை அதையும் முயன்றாள். கழுத்தில் கிடந்த செயினையும் போடாமல் கிடந்த வளையல் இரண்டையும் விற்றாள். எப்படியோ, ஒரு லட்சத்துப் பத்தாயிரம் தேற்றினாள்.

ரஞ்சனியை வரச் சொல்லி, பணத்தைக் கொடுத்தாள்.

"இதைத் திருப்பிக் கொடுக்க சில வருஷங்கள் ஆகுமே?"

"நான் கேட்கலையே. அதோடு இதைக் கடன்னும் நான் சொல்லலையே"

"இல்லை சந்தியா, இது பெரிய தொகை."

"எதுவும் பெரிசில்லை. சும்மா இரு"

ஏர்போர்ட்டுக்கு மூர்த்தியும் சந்தியாவும் ரஞ்சனியை வழி அனுப்ப வந்திருந்தார்கள்.

"இது உனக்கு முதல் வெளிநாட்டுப் பயணம் இல்லையா?"

"ஆமாம் சந்தியா"

"பதற்றம் இருக்கும். எல்லாம் திரும்பும்போது சரியாயிடும்" மிகவும் நெகிழ்ச்சியுடன் விடைபெற்றாள் ரஞ்சனி. அடிக்கடி அப்பா அம்மாவைப் போய்ப் பார்த்துவிட்டு வரச் சொன்னாள் மூர்த்தியிடம், ரஞ்சனி. போன மாசம்தான் சிநேகிதி கொடுத்தாள் என்று ஒரு கிளியை வாங்கிக்கொண்டு வந்திருந்தாள். பச்சைக் கிளி. பவழ மூக்குக்காரி, கீக்கி என்று சதா பேசிக்கொண்டிருந்தது. இரவுகளில் தனியாக இல்லை என்ற நிம்மதியை அது தந்துகொண்டிருந்தது. துணை இருக்கிறது என்ற தைரியம்தான். நாய் பூனை வளர்க்கும் காரணமோ என்னவோ?"

"இல்லை. அன்பு செலுத்த ஓர் உயிர் தேவை. உனக்குக் கிளி"

"அந்தக் கிளியை என் சிநேகிதி வத்சலாவுக்குக் கொடுத்துடு. அவள் வந்து கேட்பாள்."

"சரி"

சந்தியா கேட்டாள்.

"கூண்டுக் கிளியைப் பார்த்தால் உனக்குப் பரிதாபமாக இல்லை?" சற்று நேரம் யோசனை செய்து விட்டு ரஞ்சனி சொன்னாள்.

"உண்மைதான். அதுக்கு மேலாக, கூண்டுக்கிளி என்னை மூர்த்தியை எல்லோரையும் ஞாபகப்படுத்துகிறது இல்லையா!"

சந்தியா தயக்கத்துடன் "ஒருவகையில் சரி" என்றாள்.

மேலே விமானம்.

"இப்போ ரஞ்சனி என்ன நினைப்பாள்?"

"நாளை மறுநாள் நியூயார்க் எப்படி இருக்கப் போகிறது என்று ஆர்வத்துடன் யோசித்துக்கொண்டிருப்பாள்"

"நம்மைப் பற்றி யோசிக்க மாட்டாளா?"

"மாட்டாள். எப்போதும் மண்ணில் இருக்கும்வரைதான் நட்பு. சுற்றம் உறவு எல்லாம். மேலே போகப் போக, கருத்தின் வர்ணம் மாறிவிடும். மாறணும். என்னத்துக்கு சதா, இந்த மண், வீடு, வீடு சார்ந்த கவலைகளிலேயே உழலணும்"

"அதுவும் சரிதான்."

"இங்கே பக்கத்திலேதான் என் சிநேகிதி பிலோமினா இருக்கிறாள். அதோ அந்த பிளாட்"

அவள் அழைப்பு மணியை இயக்கினாள். பிலோமினா கதவைத் திறந்தாள் "என்ன ஆச்சரியம்" என்றாள்.

சந்தியா விமான நிலையம் வந்த காரணத்தைச் சொன்னாள். இரவு உணவை அங்கேயே முடித்துவிட்டு, பிளாட்டின் மொட்டை மாடிக்கு வந்து அமர்ந்தார்கள்.

மேலே நிமிஷத்துக்கொரு தரம் விமானம் பறந்து கொண்டிருந்தது.

"பிலோ... உன் கணவர் எப்போது வருகிறார்?"

"நாளை அல்லது அடுத்த வாரம்"

"இங்கேயே இருந்துவிடுவார் இல்லையா?"

"இல்லை. எப்படி முடியும்?"

வெளிநாட்டில் அவருக்கு ஒரு குடும்பம் இருக்கிறது அல்லவா!"

மூர்த்திக்குத் திகைப்பாக இருந்தது.

"இது தெரிந்தா திருமணம் செய்துகொண்டீர்கள்?"

"தெரியாமல்... எந்தப் பெண்ணுக்கு, கல்யாணத்துக்கு முன்னால் புருஷனின் லட்சணம் தெரிகிறது?"

மூர்த்தியின் முகம் வருத்தமுற்றதை பிலோமினா கண்டாள்.

லேசான மழைத் தூறல்.

"கீழே போவோமா" என்றாள் பிலோமினா.

"வேணாம். வெயிலில் நனைகிறோம். மழையில் காய்ந்தால் என்ன?"

பிரபஞ்சன் | 57

லேசாகத் தூறி மழை விட்டது. பிலோமினா சொன்னாள்.

"நீங்கள் ஒன்றும் வருத்தப்பட வேண்டாம். எனக்கே இப்போதெல்லாம் எல்லா வருத்தமும் மறைஞ்சு போச்சு. ஓட்டலுக்குப் போறோம். சர்வர் பரிமாறுகிறார். அந்த சர்வரின் சொந்த வாழ்க்கையைக் கேட்கிறோமா?"

"குடும்ப உறுப்பினரும் சர்வரும் ஒன்றா?"

"பெரிய வித்தியாசம் இல்லை."

ஈர மண்ணிலிருந்து வாசனை புறப்பட்டது. இனிய மணம். "நல்லவேளை குழந்தை இல்லை" என்றாள் பிலோமினா. ஈரக்காற்று இனிமையாக இருந்தது.

"ஏன் நம் குடும்ப வாழ்க்கை தோல்வியில் முடிகிறது"

சந்தியா சொன்னாள்.

"கணவர்கள்... புத்திசாலியை, நுணுக்க உணர்வுள்ளவர்களை, நல்ல மனம் உள்ளவர்களை மனைவியாக, முக்கியமாக, சுயமரியாதை உள்ளவளை மனைவியாக அடைய விரும்பவுதில்லை."

பிலோ சொன்னாள்.

"இன்றைய நவீன காலத்திலும்!"

"ஆக, புருஷன் இணையை விரும்புவதில்லை. பின்னால் இருந்து இஸ்திரி போட்ட சட்டையை எடுத்துக் கொடுக்கிற பெண்களையே விரும்புகிறான் என்கிறாய்"

ஈரத்தை முகந்து காற்று இனிமையாக வீசியது.

"இவ்வளவு உணர்ந்த நீ, நானும் மூர்த்தியும் திருமணம் செய்துகொள்ள வேண்டும் என்று ஏன் விரும்பினாய்?"

"முட்டாள்தனம்தான், ஒரு வகையில்"

"நான் இப்போது திருப்தியாக இருக்கிறேன். இது போதாதா!" என்றான் மூர்த்தி.

"இதை இப்படி அவசரமாகச் சொல்லியிருக்க வேண்டாமே" என்றாள் சந்தியா.

ஈரமும் ஈரத்தோடு சேர்ந்த காற்றும் மிக இனிமையாக இருந்தது.

2013

கிம்ஸ்

சேத்துப்பட்டுக்கு நான் குடிவந்ததுக்குக் காரணமாக இருந்தவர் ஒரு நண்பர். நகரின் முக்கியமான தங்க நகை நிறுவன மான என்.கே.எஸ். நகைக்கடை உரிமையாளர். அப்போது நான் வாழ்ந்தது முட்டுச் சந்துகளுக்குப் புகழ்பெற்ற சதுக்கப் பகுதியில். மெயின் ரோட்டிலேயே காரை நிறுத்திவிட்டு நடந்து என் அறைக்கு வந்தார். அந்தச் சமயத்தில் எனக்கு ஏதோ விருது கிடைத்திருந்தது. அதன் பொருட்டு என்னைப் பாராட்டவே அந்த விஜயம். பாராட்டினார்.

என் பக்கத்தில் ஒற்றைக் கட்டிலில் அவர் அமர்ந்திருந்தார். கைக்குட்டையால், "உஸ் உஸ்" என்று விசிறிக்கொண்டார். மேலே மின்விசிறி அசுர வேகத்தில் சுற்றுவதாகச் சத்தம் வந்தது. சத்தம் மட்டும்.

"வெளிக்காற்றே உள்ளே வராதோ?" என்றார் நண்பர்.

அதுக்கு என் மேல் என்ன பகை? வழி இருந்தால் அல்லவா காற்று வருவதற்கு?

என் அறைக்கு ஜன்னல் இல்லை. கதவு வழியாகக் காற்று வர வேண்டும். எதிரே, வரிசையாக என் போன்றதான அறை. ஆகவே, வெளிச்சமும் வர வாய்ப்பில்லை. நான் விட்ட மூச்சையே நான் மீண்டும் சுவாசித்துக்கொண்டிருந்தேன்.

"இது ஆரோக்கியமற்ற அறை" என்றார்.

ஆய்வே தேவையில்லாத கருத்து இது. என் மனசுக்குள் நான் கற்பித்து வைத்திருந்த அறை பற்றிச் சொன்னேன்.

பெரிய மொட்டை மாடி. அதில் ஒரே ஒரு அறை. அதற் குள்ளே குளியல் அறை. வெளியே வெயிலுக்கு ஒரு தட்டைப் பந்தல். எழுதும் நாற்காலியைப் போட்டுக்கொண்டு படிக்கவும் எழுதவும் தோதான ஒரு அறை. வானத்துக்கும் எனக்கும் எந்தத் தடுப்பும் அற்ற ஒரு வாழ்விடம்.

"சேத்துப்பட்டில், இப்படியான ஒரு அறை என் வசம் இருக்கு. விருந்தினருக்காக வைத்திருந்தேன். வந்து பாருங்கள். பிடிச்சிருந்தால், இன்ஷா அல்லாஹ், நாளையே அங்கு வந்திடலாம்."

என் கனவு செங்கல் சிமெண்ட்டால் கட்டி எழுப்பப்பட்டதேபோல அந்த அறை இருந்தது. மறுநாளே சேத்துப்பட்டுக்கு வந்து விட்டேன்.

"சேத்துப்பட்டில், சேறும் இல்லை. பற்றும் இல்லை. இந்த ஊரின் அசல் பெயர் சேற்றுப்பற்றாக இருக்க வேண்டும். பற்று என்றால் வயல் நிலம். சேறு என்பது நீர் வளம். சேற்றுப் பற்றை ஒழித்து ஊர் உருவாக்கிக்கொண்டார்கள். தலைவகிடு எடுத்தாற்போலத் தெருக்கள். இருபுறமும் வீடுகள். வீடுகள் வருமானம் தரவில்லை போலும். வீடுகளின் முன்பக்கம் கடைகள் ஆயின. ஜனங்கள் கீழ் மத்திய தரம் அவருக்குத்தக்க உணவுக் கடைகள், தேநீர்க் கடைகள், பலசரக்குக் கடைகள் மற்றும் பிராந்திக் கடை கள். நான் இருந்தது ஒரு குறுக்குத் தெரு.

முதல் கட்டிடம் எங்களுடையது. இரண்டு மாடிகள். முதல் மாடி முழுதும் வாடகை அறைகள். ஒரு கட்டில், இரு கட்டில்கள்கொண்ட அறைகள். முதல் மாடியின் முதல் அறை, லாட்ஜ் மேனேஜருடையது. தெருவைப் பார்த்த அறை. தெருவில் இருந்து தொடங்கும் படிகள், செங்குத்தாக மேலே போகும். மேலே போகும்போதும் கீழே வரும்போதும் மேனேஜர், என் பார்வையில் தட்டுப்படுவார். "வணக்கம் சார்" என்பார். இரவு தாமதமாக நான் அறை திரும்புகையில், பால்கனியில் அமர்ந்து மது அருந்தியபடி இருப்பார்.

"சார், ஒரு பெக். ஒன்னே ஒன்று"

வேணாம், தாங்க்ஸ்" என்பேன்.

"என்ன சார். உங்களோட சாப்ட்டு, பிரண்ட் ஷிப்பை 'டைட்' பண்ணிக்கலாம்னு பார்த்தா, வரமாட்டேங்கிறீங்க."

"இருக்கட்டும். இல்லேன்னா, சினேகம் கிடையாதா..."

மேனேஜர் எப்படி இருக்கிறாரோ, அப்படி இருப்பதில் நமக்கு ஆட்சேபணை இல்லை.

நான் இரண்டாம் மாடியில் இருந்த ஒற்றை அறையில் இருந்தேன். தனிமை. எனக்கு இது பிடித்திருந்தது.

அறைக்கு முகம் இருக்கிறது. களையான முகம்; நட்போடு துலங்கும் முகம்; அழுது வடியும் முகம்; சாவு ரேகை பதிந்த முகம். என் அறை சினேகம் துலங்கும் முகம். நான் அதை மிகவும் விரும்பி னேன்.

என் உறக்கத்தைக் கீழிருந்து வரும் "விநாயகனே வினை தீர்ப்பவனே" பாட்டே கலைக்கும். கடிகாரத்தைப் பார்க்காமல், மணி காலை 5:55 என்று சொல்லிவிடலாம். முகம் கழுவி, சட்டையை அணிந்துகொண்டு காப்பிக்கு இறங்கிவருவேன். தெரு முழுக்கக் காலைக் கருக்கலில், இருள் சுற்றியபடி இருக்கும். எங்கள் விடுதிக்குக் கீழே இருக்கும் பிராந்திக் கடை மட்டுமே, வெளுத்த வெள்ளை வேஷ்டி மாதிரி பளீரென்று வெளிச்சத்தைத் தெருவில் பாய்ச்சியபடி இருக்கும். அந்த விடியல் ஆறு மணிக்கும் இரண்டு மூன்று வாடிக்கையாளர் பிராந்திக் கடைக்கு வந்திருப்பார்கள். ஒரு கையில் பிராந்தியோ, விஸ்கியோ, ரம்மோ இருக்கும் கிளாசை ஏந்திக்கொண்டும், மறு கையில் தண்ணீர் பாக்கெட்டைப் பல்லால் கடித்து கிளாசில் கலக்கிக்கொண்டுமிருக்கும் காட்சியே, அனேகமாக நான் காணும் முதல் காலைக் காட்சியாக இருக்கும். இத்தனை அதிகாலையில் மனிதர்கள் எப்படிக் குடிக்கிறார்கள் என்று ஆச்சரியமாக இருக்கும். சீர்காழி, அடுத்த பாட்டுக்கும் போயிருப்பார். கடையிலிருந்து அருமையான பத்தி வாசனை தெருவில் கமழும். கம்பி பின்னால், பிராந்திக் கடைக்காரர் வெள்ளைக் கதர்ச் சட்டையுடனும், வெண்மை துலங்கும் திருநீற்றுப் பொலிவுடனும் காட்சி தருவார்.

சற்று தூரம் நடந்து, காப்பியை முடித்துக்கொண்டு, சிகரெட் பற்ற வைத்துக்கொண்டு, காலைச் செய்திப் பத்திரிகைகள், வாராந் திரிகளுடன் திரும்புவேன். இப்போது பிராந்திக் கடையில், ஏழெட்டு வாடிக்கையாளர்கள் சேர்ந்திருப்பார்கள். நாகூர் அனிபா, "இறை வனிடம் கையேந்த" சொல்லிக்கொண்டிருப்பார். அல்லது ஒரு பெண் குரல் "எல்லாமும் ஏசுதான்" என்று சொல்லிக்கொண்டிருக்கும். காப்பி மாதிரி, காலை உணவு மாதிரி, சில பேருக்குச் சாராயம்.

அன்றைய பொழுது அழகாக இருந்தது. காலையில் இருந்தே வானம் மப்பும் மந்தாரமுமாக இருந்தது. குளத்தின் அடி ஆழத்துத் தண்ணீர் மாதிரி காற்று சில்லிட்டிருந்தது. வெயிலைக் கழித்து விட்டால் இந்த மாநிலம் வாழத்தக்கதுதான். காலையில் எழுதி னேன். எழுத்து என்னை அழைத்துக்கொண்டு என் முன்னால் ஓடியது. ரொம்ப அபூர்வமான ஸ்திதி இது. எழுத்து பல சமயங்களில், சண்டி மாடு. வராது. கட்டி இழுக்க வேண்டி இருக்கும். மனம் நிறைவாக இருந்தது. மதிய உறக்கத்துக்குப் பிறகு படித்தேன்.

சற்றே இருட்டத் தொடங்கியதும், மழை வரும்போல வானம் குமுறி இறுகியது. காற்று பலத்தது. லேசான தூறல் புத்தகத்தில் வட்டவட்டமாக விழுந்து நனைத்தது. அறைக்குள் சென்றேன். எனக்கு நனைவதில் சுகம். புத்தகத்துக்கு ஆகாது. மழை வலுப்ப தற்கு முன், என் இரவு ஆயத்தங்களை முடித்துக்கொள்ள வேண்டும்.

குளித்து விட்டு, கீழ் இறங்கி வந்து காப்பி சாப்பிட வேண்டும். இரவுக்குத் தேவையான தளவாடங்களான சிகரெட், இரவு உணவு, (பெரிதாக ஒன்றும் இல்லை, நாலு இட்டலிகள்) நடு ராத்திரியில் வரும் பசியைச் சமாளிக்க, நல்லதாகக் கிடைத்தால் இரண்டு வாழைப்பழம் மற்றும் சாயங்காலங்களில், ராவ்ஜி கடையில் சுடச் சுடப் போடும் காரபூந்தி இவைகளைத் தயாரித்துக்கொண்டு அறைக்குத் திரும்பினால், மறுநாள் விடிந்து காலை காப்பிக்கு நான் கீழே வந்தால்போதும்.

காப்பிகூட அன்று மாலை, காப்பி மாதிரியே இருந்தது. அதன் அசலான வாசனையுடனும் கசப்புடனும். மனிதர்கள் ஸ்திதியில் ஒரு வேகம் சேர்ந்திருந்தது. மழைக்கு முந்தி வீட்டுக்குள் அடைய வேணும். பலகாரக் கடையில் கூட்டம் அதிகம். ராவ்ஜி எனக்குக் கண்ணால் சமிக்ஞை கொடுத்து, வாணலியில் இருந்து எடுத்த காரபூந்தியைப் பொட்டலமாகக் கட்டிக் கொடுத்தார். சில்லறையைக் கொடுத்துவிட்டுத் தெரு திரும்பினேன்.

பிராந்திக் கடையில் கூட்டம் நெரிந்தது. தெருவில் பாதியை அடைத்துக்கொண்டு நின்றார்கள் வாடிக்கையாளர்கள். குடித்த பிறகு, பலரது பேச்சில் வித்தியாசமான லயமும் தொனியும் ஏறி விடும். வார்த்தைகள் விசித்திர நீட்சியும் அலங்காரமும் கொள்ளும். பாசமும் பரவசமும் நிறைந்து வழியும். அன்பு உடைந்து பெருகு வதுபோல, அடைந்து கிடக்கும் ஆத்திரங்களும் மேலெழும். சில

பேருக்கு முகம் கனிந்து வயசான காந்தியினதுபோல அழகு மிளி ரும். சிலரது முகம் இறுகி, கறுத்து, துரு ஏறிய இரும்புபோலாகும்.

ஒரு சைக்கிள்காரனுக்கு வழிவிட்டதில், எதிரில் உள்ளவர் மேல் இடித்துக்கொள்ள இருந்தேன். தடுமாறி அவர் முகத்தை அவர் கண்களை ஒரு கணம், ஒரு விநாடி பார்த்தேன். நான் செய்த தவறு அது மட்டும்தான். அவர் அனேகமாக குடித்து முடித்து அதன் லாகிரியை அனுபவித்துக்கொண்டிருக்கும் ததும்பலில் இருந்தார். கால் மாற்றிக் கால் வைத்தார்.

“என்ன, என்ன பார்க்கிறே?” என்றார்.

“இல்லை. ஒண்ணும் இல்லை” என்றபடி நான் நகரப் பார்த்தேன்.

ஒண்ணும் இல்லன்னா? பார்த்தியே. ஏன் பார்த்தே? அத்தைச் சொல்லு.”

“சும்மாதான். எதிர்ல வந்தீங்க. வேற ஒண்ணும் இல்லை.”

ஒரு அவசரம் என்னைத் தொற்றிக்கொண்டது. இது மாதிரியான ஆட்களிடம் பேச்சைக் கொடுத்து மீள முடியாது.

“எதிர்ல வந்தேன்னா? அதுக்காக அடிச்சுடுவியா நீயி?” என் றார் அந்தக் களியர். (கள் போதையரைக் களியர் என்பது தமிழ் வழக்கு)

“இல்லையே.”

நான் அந்த இடத்திலிருந்தே காணாமல் போகவேண்டும்.

“இரு. முறைச்சுப் பார்த்துட்டுப் போனியானா, நான் இன்னா கையாலாகாதவனா? சோமாறியா? இன்னாங்கற நீயி? கேட்டா, அடிப்பேங்கறே.”

அவர் என்னை நெருங்கி, உடம்போடு உடம்பை உரசிக்கொண்டு நின்றார். அப்போதுதான் அவரை நேருக்கு நேராகப் பார்த்தேன். கசங்கிய, பல நாளான வெள்ளைச் சட்டையும் வேஷ்டி யும் பழுப்பு நிறமாகி இருந்தன. பம்மிய தலை, ஆக்ரோஷமான சவால் விடும் மீசை. கண்கள் ரத்தம் துளிர்க்கும் சிவந்த நிலை.

“நான் ஒன்றும் சொல்லலையே” என்றேன். என் குரல் எனக்கே பலகீனமாக இருந்தது.

“சொல்லலையா? இன்னாபா. முறைச்சுப் பார்த்தே. கேட்டா தெனாவட்டா பேசறே? “ராங்” பண்றே. இன்னா, பெரிய பிஸ்தாவா ஏரியாவில? சேத்பட்டு சுசீலாவைக் கேட்டுப்பாரு. நான் யாருன்னு தெரிஞ்சுக்குவே. தோ பாரு. அண்ணாமலை. இந்தாளு நம்மளை அடிப்பாராம்பா...”

அண்ணாமலை என்றழைக்கப்பட்டவர், காலி அரை பாட்டில் ஒரு கையிலும், திரவத்தோடு கூடிய கிளாஸ் ஒரு கையிலுமாக,

கோணலாக என்னைப் பார்த்தார்.

இதழ் வலிப்பில், ஒரு மனிதனைக் கேவலப்படுத்த முடியும் என்பது அப்போதுதான் எனக்குப் புரிந்தது. எனக்கும் பேச வேண்டும்போல இருந்தது.

“தோ பார். சும்மா வெறுமனே பார்த்தனே தவிர வேற நோக் கம் இல்லை. அதுவும் என் எதிர்ல வந்தியே அதனாலதான். வம்பு பண்ணாதே.”

“அட. இவர் எதிர்ல வரக்கூடாதாம்பா. இவரு பெரிய கவர்னரு. இன்ஸ்பெக்டரு. வந்தா இன்னா பண்ணுவ. வெறும்னயா. இன்னா நான் வெறியனா? ங்கொம்மாளே. கீசிடுவன். வகுந்திடுவன். நான் யார் தெரியுமா? கிம்ஸ் தோட்டம் கிருஷ்டன். கேட்டுப்பாரு. வம்பு பண்றனா. நானா? வம்பு தும்பு கண்ணாயிரம் தோட்டத்துக் கம்பு. பேமானி. த்தா...”

அவர் என் சட்டையைப் பிடித்தார்.

“டேய் கிஷ்டா. என்னா அங்க ரவுசு.”

நாங்கள் மேலே பார்த்தோம். பால்கனியில் மேனேஜர் நின்றி ருந்தார். இடுப்பில் இரு கைகளையும் வைத்துக்கொண்டு, கம்பீரமாக இருந்தார்.

“நீயே கேளு. ஷாப்ட்டு நின்னுகிட்டு இருந்தேன்னா, இந்த லோலாயி என்ன அடிக்க வர்றான். நான் மப்ள இருக்கேன் ஒத்துக் கறேன். அதுக்காவ.”

“சும்மா மூடிக்க, கிஷ்டா. சார் யார் தெரியுமா?”

“எந்த மசுரா இருந்தா எனக்கின்னா போச்சு? அடிக்காமே போனா, நான் ஒருத்தனுக்குப் பொறந்தவன் இல்லை.”

அவர் வேஷ்டியை மடித்துக் கட்டினார். அபாயகரமாக வேஷ்டி மேலே ஏறி இருந்தது.

“அடி. நான் வேணாம்னு சொல்லலை. ரெண்டாம் மாடியில, தனி ரூம்லதான் இருக்கார். இப்பயும் அடி. ராத்திரி வேணாலும் வந்து அடி. தனியாத்தான் இருப்பாரு. ஆனா, நாளைக் காலையில நடக்கிறதே வேற.

இந்தச் சந்தர்ப்பத்தைப் பயன்படுத்திக்கொண்டு நான் படியேறி முதல் மாடிக்கு வந்தேன். மேனேஜர் என்னைக் காட்டியபடி சொன் னார்.

“ஏய் கேட்டுக்க. சாரும், சி.எம்.மும் இப்படி இப்படி, அவ்ளோ நெருக்கம். நாளைக் காலைலே நீ அம்பேல், போலீஸ்ல நீ குத்துயிர், கொலையுயிர். ராத்திரி அடிச்சுடலாம். சார் தனியாத்தான் இருப் பாரு. ஆட்களை இட்டாந்து அடி. நாளைக்கு நடக்கிறதே வேற.

“உஸ்” என்று மேனேஜரை நான் அடக்கினேன். என் சகல பலகீனங்களையும் பட்டியல் போடுவது மாதிரி இருந்தது. பயம் எனக்குள் வந்து உறைந்தது.

அந்த வாரம்தான், நானும் முதலமைச்சரும் கலந்துகொண்ட ஒரு நிகழ்ச்சியின் படம் பத்திரிகைகளில் வெளிவந்திருந்தது. நானும் முதல்வரும் ஓடிப்பிடித்து விளையாடிக்கொண்டிருந்தவர்கள்போலச் சொன்னார் மேனேஜர்.

“நீங்க சும்மா இருங்க சார். உங்க மதிப்பு இந்தக் குடிகார நாய்க்கு எங்க தெரியப் போவுது. சொன்னாதானே தெரியும். கிஷ்டா, இன்னா செய்யப்போற. அடிப்பியா? அடிக்கிறதா இருந்தா இப்ப வேணாலும் வா. பன்னண்டு மணிக்கு வா. நாலு மணிக்கு வா. கதவு திறந்துதான் இருக்கும், அடி. விடிஞ் சா, நீ பொலி. தீர்ந்தே.”

நான் அறைக்குத் திரும்பினேன். என் ஆர்வம், சந்தோஷம், அன்றைய பொழுதின் அழகு எல்லாம் வடிந்துவிட்டது. பயம் பந்தாகச் சுருண்டு என் வயிற்றில் அடைத்துக்கொண்டது.

வாங்கிக்கொண்டு வந்த இட்டலிகள், காரபூந்தி எல்லாம் பிரிக்கப்படாமல் இருந்தன. பழம் காய்ந்து கிடந்தது. மணி 11.20. கதவுக்கு உள்ளே தூக்கம் இல்லாமல் சும்மா படுத்துக்கிடந்தேன். மனம் வித்தியாசமான கற்பனைகளைச் செய்தது.

ஆக்ரோஷமாகக் கிம்ஸ் தோட்டத்துக் கிஷ்டன், ஆட்களைத் திரட்டுகிறார். கழிகள், தடிகள், அண்மையில் கண்டுபிடிக்கப்பட்ட நவீன ஆயுதமான சைக்கிள் செயின், புராதன ஆயுதமான வேல்

கம்புகள், கூரிய பல அளவுகளில் ஆன கத்திகள் இத்யாதிகளுடன் இரண்டு ஆட்டோக்களில் கிஷ்டன் என் அறையை நோக்கிப் படையெடுக்கிறார்.

நான் தொடர்ந்து புகைபிடித்துக்கொண்டிருக்கிறேன். என் செவிகள் அதீதமான கூர்மைகொள்கின்றன. தெருவில் ஆட்டோ சப்தம் கேட்கும்போதெல்லாம், உடம்பு சில்லிட்டது. மரணம் நிர்ணயிக்கப்பட்டதுதான் எனினும், முகம் தெரியாத, சம்பந்தமே இல்லாத கிம்ஸ் தோட்டத்து ஆளால் அது ஏன் நிகழ வேண்டும். என் கோபம் மேனேஜர் மேல் திரண்டது. கொலைகாரனுக்கு இவ்வளவு தெளிவான முகவரியை அவன் ஏன் தரவேண்டும். விதி என்பது இதுதானா? பத்திரிகைகளில் என் சிதைந்து போன உடம்போடு படமும் செய்தியும் வெளியாகின்றன. எனக்கு உதவி செய்த, அந்தத் தங்க மாளிகை நண்பர், எவ்வளவு வருத்தப்படுவார்? கீழே நான் சிகரெட் வாங்கும் பெட்டிக்கடைக்காரர் வருந்துவார்.

என் மனைவி, குழந்தைகள் முகங்கள் மனதில் வந்து போயின. என் பதிப்பாளர், மிகவும் நல்லவர். நாணயஸ்தர். நிச்சயம் என் குடும்பத்துக்கு உதவி செய்வார்.

சிகரெட் தீர்ந்துபோய்விட்டது. உறக்கம் வரவில்லை. நான் கதவைத் திறந்துகொண்டு வெளியே வந்தேன். கூர்க்கா, விசில் ஊதுகிறார். ஆட்டோ சப்தம் கேட்டபாடில்லை. தெருவைப் பார்க்கிறேன். ஒரு எலி எதிர்ச்சாரியை நோக்கி ஓடிக்கொண்டிருந்தது. ஒரு கிழவர் இருமிக்கொண்டு நடந்து போனார். கிழவர்கள் கொலை செய்ய மாட்டார்கள்.

கதவைப் பலமாகத் தட்டும் சப்தம். நான் திடுக்கிட்டு கிலியடித்துக் கதவைத் திறந்தேன். விடிந்திருந்தது. எதிரே, கிஷ்டன் நின்றிருந்தார். தனியாக.

“என்ன?” அவர் தயக்கத்துடன் சொன்னார்.

“மன்னிச்சிடுங்க சார். ராத்திரி ஏதோ மப்பில பேசிட்டேன்.” அவர் முகத்தில் வெட்கம் தெரிந்தது.

“பரவாயில்லை.”

“நான் எப்பவும் ஓவரா போவ மாட்டேன். நேத்து ஏதோ...”

“அதை விடுங்க கிஷ்டன்.”

காப்பி சாப்பிட வேண்டும்போல் இருந்தது.

நான் அவருடன் படி இறங்கினேன். மேனேஜர் அறை சாத்தி இருந்தது. பிராந்திக் கடையில் ஏழெட்டுப் பேர் இருந்தார்கள். ஆமா. கிம்ஸ் கார்டன்னு சொல்றீங்களே. கிம்ஸ் யார்?

"சொல்றாங்க. யார்னு தெரியலை."

கிம்ஸ் யார் என்பதைக் கண்டுபிடிக்க வேண்டும் என்று நினைத்துக் கொண்டேன்.

2010

சட்டை

"*சட்டை* என்பது யாது?"

"பருத்தியாலும் பட்டாலும், இன்னபிற செயற்கை இழை களாலும் ஆன, மனிதனுக்கான ஆடை."

"நல்லது. அதை அணியாதவன் நிலை என்ன ஆகும்?"

"ஆடை அணியாதவன் அரை மனிதன். அரை மனிதன் மனி தனே ஆக மாட்டான். அதை அணியாதவன், மானம் இழப்பான்."

"மானம் என்பது உறுப்புகளின் போர்வையிலா இருக்கிறது? திருவள்ளுவர் சொன்னது என்ன? பல்லவன் பேருந்துகளில் எழுதி வைத்திருப்பதைப் படிக்கவில்லையா தமிழா? தன் நிலையினின்றும் தாழாமையும், தாழநேர்ந்தால் உயிர் வாழாமையும் மானம்."

"ஒப்புக்கொள்கிறேன். தன் நிலையினின்றும் தாழாமை அல்லவோ மானம்? தாழ்வதற்கான நிலைமை எனக்கு ஏற்பட்டிருக்கிறதே."

"எப்படி?"

"சுமதி என்னைப் பெரிய கோவிலில் மாலையில் வந்து சந்திக்கச் சொல்லியிருக்கிறாள். இருப்பதோ, உருப்படியாக, கிழிசல் இன்றி, நல்லதாக ஒரே ஒரு ஜோடி. அதை லாண்டரியில் போட்டுக் கடன் சொல்லி வாங்கிக்கொண்டு வந்து பெட்டியின் மேல் வைத்து விட்டுப் போய்க் குளித்துவிட்டு வந்து பார்த்தால், அந்த ஒரே ஒரு ஜோடியை நண்பர்

கதிரேசன் போட்டுக்கொண்டு நின்றால், ஒரு ஆத்மாவுக்கு மானம் குறித்த விசாரம் வருமா, வராதா?”

“வரும். ஆனால், ஒரு தத்துவம் சொல்கிறேன். குறித்து வைத்

துக்கொள். அழகான வெளுப்புச் சட்டை, கலையாத கிராப்பு, தோரணையான நடை உடை பாவனைகள், பேச்சு, அந் தஸ்து, யோக்யதை இவை அனைத்தையும் கடந்து, அப்பாற் பட்டதாக இருக்கிற ஒரு அன்புப் பிணைப்பு. அதன் பேர் காதல். அது சுமதியிடம் உள்ளதா, அல்லவா என்று உன்னையே நீ பரீட்சை செய்து பார். காதலின் ஆழம் புரியும்.”

தீர்த்த கிரீசுவரன் தனக்குத்தானே நிகழ்த்திக்கொண்ட உரையா டலைத்தான் நாம் இதுவரை கேட்டோம். அதற்கான பின்னணி

உயிரின் இயற்கை அது.

தீர்த்த கிரீசுவரன் சுமதியின்மேல் காதல் வயப்பட்டிருந்தான். அவன் தங்கியிருந்த அறையும் சுமதியின் வீடும் ஒரு தெருவில் அமைந்திருந்தன. நித்தமும் அவன், அவளைப் பார்க்க முடிந்தது. காலை வேளைகளில் முதல் காப்பிக்காக அவன் ராமையர் காப்பி கிளப்புக்குப் போகையில் சுமதி குழாயடியில் தண்ணீர் பிடித்துக்கொண்டிருப்பதைப் பார்ப்பான். பிருமச்சாரியாக, ஒரு வீட்டில் அறையை வாடகைக்கு எடுத்துத் தங்கிக்கொண்டிருந்த அவனுக்குத் தினமும் காலை காப்பிக்கு ராமையர் கிளப்பைத்தான் நாடவேண்டி யிருந்தது. அவனுக்கும் வீட்டு உபயோகம் முடிப்பதற்கு என்று தெருத்தண்ணீர்க் குழாயைத்தான் நாட வேண்டியிருந்தது. இப்படிப் பரஸ்பரம் ஒருவரையொருவர் பார்வையால் உண்டு கொண்டிருந்தார்கள்.

தீர்த்த கிரியை எதிர்பார்த்தே, சுமதி இருள் பிரியுமுன்பே குழாய் அடிக்கு வருவதாக அவனுக்குத் தோன்றியது. சுமதியைப் பார்க்கவென்றே வைகறையில் ராமையர் கிளப் அதற்குள் திறந் திருக்காது என்று தெரிந்தாலும், அவன் இருட்டில் குதிரை கட்டித் தெருவில் தட்டுத் தடுமாறி நடந்து வருவதை அவளும் உணரவே செய்தாள். அந்த நன்றிக்கு அடையாளமாக அவள் அவனுக்குப் புன்னகை ஒன்றை ஈந்தாள். எல்லை இலாத மகிழ்ச்சியுடனும் புளகாங்கிதத்துடனும் அந்தப் புன்னகையைக்கையில் வாங்கி, அழகாக மடித்து, மறக்காமல் தன் சட்டைப் பையில் பத்திரப் படுத்திக்கொள்ளத் தவறவில்லை தீர்த்த கிரி. காலையில் நேரத்தில்

எழவேண்டும் என்பதற்காகவே, அவன் உறக்கத்தைத் துறந்தான். உறக்கம் என்ன, உயிரையே துறக்கவும் அவன் தயாராகத்தானே இருந்தான்.

காதல் என்பது நினைவுகளில் வாழ்வது போலும். அவளே நினைவாக அவனும், அவனே நினைவாக அவளும் வாழ்வது. தொடர்ந்து இடையறாது அவளை அவனும், அவனை அவளும் சந்தித்துக்கொள்ள விரும்புவதும்கூட. சுமதியின் வெளிச் செல்கைகள் அனைத்தும் தீர்த்தகிரிக்கு அத்துபடியாகியிருந்தது.

விடியல் நாலரை மணி முதல் சூரியக் கிரணத்தின் முதல் வீச்சு தெருவில் விழுகிற வரை குழாயடி. ஒன்பது மணி முதல் பத்து மணிவரை ஆண்டாள் தட்டச்சுப் பயிலகம். சுமதி டைப் “கற்றுக்கொண்டிருந்தாள். எதிர்கால ஜீவனோபாயத்துக்கான சாதனம். அப்புறம் டைப் ரைட்டிங் இன்ஸ்டிட்யூட் விட்டு நேராகக் கடைத்தெரு. கடைத்தெருவிலும் ஒரு குறிப்பிட்ட கடையில் (பெரியகொண்டையும், பெரிய காலரை அளவுக்குக் குங்குமம் இட்ட ஒருத்தியிடம்தான் அவள் காய்கறி வாங்குகிறாள்) காய்கறி வியாபாரம். அப்புறம் வீடு. மாலை சற்று இருட்டத் தொடங்கியதும், கையில் மிகவும் சின்னஞ்சிறு கிண்ணத்தில் எண்ணெய் எடுத்துக்கொண்டு காமாட்சியம்மன் கோயிலுக்குப் போதல் என்பவை அவளின் அன்றாட வழக்கமாயிருந்தது. அதை ஒட்டித் தன் வாழ்க்கையை அமைத்துக்கொண்டான் அவன்.

சுமதி செல்கிற தடம் அனைத்தும் அவனுக்கு அத்துப்படி. அவள் மூச்சுக்காற்று புழங்கும் இடங்களும், அவள் கால்பட்ட பூமியும் தீர்த்தகிரிக்குப் புனித ஸ்தலமாகவே இருந்தது. அவனைப் பொறுத்தவரை அவை காசியும் ராமேஸ்வரமும். அவனுக்கு அவை தீர்த்த ஸ்தலங்கள்.

தீர்த்தகிரியைப் பக்தன் என்று யாரும் சொல்லிவிட முடியாது. இன்னும் கேட்டால், தன்னைப் பிறர் நாஸ்திகனாக அடையாளம் கண்டால் அவனுக்குச் சந்தோஷமாக இருக்கக்கூடும். ஆனால், அதெல்லாம் அவன் சுமதியைச் சந்திக்கும் முன் வரைதான். இப்போது அவன் பழுத்த பக்தனாயிருந்தான். சுமதியால் மகிமை யுற்ற காமாட்சியம்மன் கோவிலுக்குத் தினமும் அவன் சென்று வரத் தலைப்பட்டான். அவர்கள் ஒருவரையொருவர் மிக அரு கிருந்து தங்களை தரிசித்துக்கொள்வதற்குக் கோயில் சௌகரியமான அங்கீகரிக்கப்பட்ட பொது இடமாக இருந்தது. ஆனாலும் மிகச் சின்னக் கோயில் அது. கூட்டமும் மாலை

வேளைகளில் நிரம்பி வழிந்தது. காதலர்களுக்குப் பிற மனிதர்கள் நரகம். இருவருமே தவித்துப்போனார்கள்.

சுமதி அன்று ஒரு தோழியுடன் வந்தாள். தீர்த்தகிரிக்கு அது எரிச்சலைத் தந்தது. எரிச்சலுக்கு இரண்டு காரணங்கள். ஒன்று, தோழியின் காரணமாக அவனுக்கும் அவளுக்கும் இருக்கும் நெருக் கம் கை நெகிழ்வதாக அவன் நினைத்தான். இரண்டு, ஏற்கனவே கோயிலில் இருக்கும் கூட்டம் நிறைய என்று அவன் நினைக்கையில், அவளும் . அவள் பங்குக்கு இன்னொருத்தியை அழைத்து வர வேண்டிய அவசியம் என்ன?

சுமதி அவனைக் காட்டிலும் புத்திசாலியாக இருந்தாள்.

அவன் அவர்களைக் கடக்கையில், சுமதி தன் தோழியிடம் அவன் காது கேட்கும் விதத்தில் சென்னான்ன.

"நாளைக்குச் சாயங்காலம் பெரிய கோவிலுக்குப் போகிறேன். ஒரு பிரார்த்தனை இருக்கு."

அவன் தலைக்குள் பலப்பல விளக்குகள் எரிந்தன.

சாயங்காலம் என்று சுமதி சொல்லியிருந்தாள். சாயங்காலம் என்பது மதியம் மூன்று மணிக்குத் தொடங்கி மாலை ஏழு மணிக்கு முடிவது. அவன் இரண்டரை மணிக்குக் கோயில் வாசலில் இருந்தான். கோயில் மூடியிருந்தது. மாபெரும் கோயில்வாசலின் திட்டி வாசல் மட்டும் திறந்திருந்தது.

என்ன பரிதாபம்? அழுக்குச் சட்டையோடும் அழுக்கு வேஷ்டி யோடும் அவன் நின்றிருந்தான்.

சுமதி, மறுநாள் குறித்த உடனேயே, நேராக அறைக்கு வந்த தீர்த்தகிரி, இருப்பதிலேயே புதிதாயும் கிழியாமலும் இருந்த ஒரு சட்டை வேஷ்டியை எடுத்து பக்கத்து லாண்டரிக்குப் போனான்.

"நாளை மதியம் ஒரு மணிக்குச் சலவை வேணும்."

"அப்படீனா, டபுள் அர்ஜண்ட் போடு சார். சட்டைக்கு அஞ்சு ரூபாய். வேஷ்டிக்கு ஆறு ரூபாய். அதான் டபுள் அர்ஜண்ட்."

"சரி"

மறுநாள் பனிரெண்டு மணிக்கேலாண்டரிக்குப் போய், பணம் அப்புறம் தருவதாகச் சொல்லித் துணி வாங்கி வந்தான்.

"இன்னிக்கு வெள்ளிக்கிழமை சார். ஏதாவது சில்லறை கொடேன்" லாண்டரிக்காரர்.

"எனக்கு அதில் எல்லாம் நம்பிக்கை இல்லை."

"எனக்கு இருக்கே."

ஒரு வழியாகச் சட்டையை எடுத்து வந்து பெட்டியின் மேல் வைத்துவிட்டு சோப் பெட்டியை எடுத்துக்கொண்டு குளிக்கப் போனான்.

சோப் போட்டு, அழுக்குப் போகக் குளித்துவிட்டுத் துண்டை இடுப்பில் சுற்றிக்கொண்டு அவன் மாடிக்கு வந்து பார்க்கையில், அந்த லாண்டரி வெளுப்பைக் கட்டிக்கொண்டு மிடுக்காக நின்றுகொண்டிருந்தான் கதிரேசன்.

திகைத்துப் போய் நின்றிருந்தான் தீர்த்தகிரி.

"ஒரு இன்டர்வியூவுக்குப் போகணும்னு சொல்லியிருந்தேனே, அது இப்பத்தான். வேற நல்ல சட்டை, வேஷ்டி இல்லை. உனக் கென்ன? ஸ்டூடண்ட். எதை வேணாலும் போட்டுக்கிடலாம். எனக்கு வேஷ்டி சட்டை ஒழுங்கா இல்லேன்னா வேலை கிடைக்கதே.!"

அழுக்குச் சட்டையும் வேஷ்டியுமாகக் கோயில் வாசலுக்கு வந்து நின்றான் தீர்த்தகிரி. வெயில் கொளுத்தியது.

சட்டை வியர்வையால் உடம்பை ஓட்டிக்கொண்டது. ஏற்கனவே அழுக்கு, உடம்பு வியர்வை வாசனையை வெளியிட்டதாக நினைத்துக்கொண்டு, சிலுத்துப் போய் நின்றிருந்தான் அவன். கோவிலைக்கூட, அரசாங்க அலுவலகம் மாதிரி நேரம் குறிப்பிட்டுத் திறக்கும் கொடுமையை நினைத்து நொந்துகொண்டு நின்றிருந்தான் அவன்.

மணி மூன்றாகியிருந்தது. ஒரே இடத்தில் நிற்கச் சங்கடமாக இருந்தது. தெருமுனை வரை நடந்து மீண்டும் கோயில் அருகில் வந்து நின்று நேரத்தைக் கடத்திக்கொண்டிருந்தான் அவன்.

சரியாக ஆறு மணிக்கு, மூன்று மணி நேரப் பரிதவிப்புக்குப் பிறகு சுமதி ஒரு பூக்கூடையுடன் கோயிலுக்குள் நுழைந்தாள். கூடை யில் பூக்கள். அவன் இருதயத்தையே பெயர்த்தெடுத்துக் கூறு போட்டது மாதிரி பூக்கள்.

சுமதி நேராக பிருகதீஸ்வரர் சந்நிதிக்குச் சென்றாள். ஊசி வழி ஏறும் நூல் மாதிரி அவனும் சென்றான். பிறகு அம்பாள்

சந்நிதிக்குச் சென்றாள். அவனும் தொடர்ந்தான். முடிந்ததும் அவள் பிரகாரத்தைச் சுற்றத் தொடங்கினாள்.

முதல் சுற்றில் அவள் ஒன்றும் பேசவில்லை. இரண்டாம் சுற்றிலும் அவள் அவனிடம் பேசவில்லை. மூன்றாம் சுற்றின்போது அவள் அவனிடம் திரும்பினாள்.

"நீங்க எப்போ வேலைக்குப் போவீங்க?"

அவன் இந்தக் கேள்வியை எதிர்பார்க்கவில்லை."

"படிச்சு முடிச்சதும்."

"படிப்பு எப்போ முடியும்?"

"அடுத்த வருஷம்."

"உடனே வேலை கிடைக்குமா?"

"சந்தேகம்."

"அப்படியே கிடைச்சாலும், என்ன சம்பளம்?"

"எழுநூறு ரூபாய், ஆரம்பத்தில்."

"அதை வைத்து எப்படிக் குடும்பம் நடத்த முடியுமா"

அவன் மரத்துப்போய் நின்றிருந்தான்.

"என் அத்தான் ஒரு ஆபீசர். மாசம் இரண்டாயிரம் சம்பளம்."

அவன் அசந்துபோய் நின்றிருந்தான்.

கதிரேசனுக்கு வேலை கிடைத்துவிட்டது.

ஓட்டலுக்கு அழைத்துப் போய் ஸ்வீட்டும் காரமும் காப்பியும் வாங்கிக்கொடுத்தான்.

பெரிய கோவில் கோபுரத்துக்குக் கீழே அமர்ந்து அவர்கள் பேசிக்கொண்டிருந்தார்கள்.

"இந்தப் பெண்கள் ஏன் இப்படி?" என்றான் தீர்த்தகிரி.

"என்னைக் கேட்டால், அது சரி, பெண்கள் அப்படித்தான் இருக்க வேண்டும். காதல், கீதல் என்று அசட்டுத்தனமான உணர்ச்சிகளுக்கு இடம் கொடுப்பதும், அப்புறம் அடிமைப்படுவதும், கண்ணீர் விடுவதும், செத்துப் போவதும் எதற்கு? இருப்பது ஒரு வாழ்க்கை. அதை அனுபவித்துவிட்டுச் சாகலாம்தானே? பணம்! அது இன்றைய உலகத்தின் அச்சு. பணத்தால் எதையும் விலைக்கு வாங்கலாம்; சந்தோஷம் அனைத்தையும். அதுதான் இந்த யுகதர்மம். நீ போன யுகத்தில் இருக்கிறாய், வெறும் காதலை

வைத்துக்கொண்டு, உன் சட்டைப் பையில் சூனியம், சூனியத்தை வைத்துக்கொண்டு ஒரு பிளவுஸ் பீஸ்கூட உன்னால் வாங்க முடியாது."

உண்மைதான் என்று தோன்றியது தீர்த்தகிரிக்கு.

எல்லார்க்கும் ஒரு சட்டை தேவைப்படுகிறது. உள்ளே இருப்பதை மறைக்கும் சட்டை. சட்டை ஒரு ஆபரணம். மூடிவைத்துக் கொள்ள உவப்பான ஒரு போர்வை. முகத்தை மறைக்கும் பர்தா.

திடுமென தீர்த்தகிரி சிரித்தான்.

"என்ன சிரிப்பு?"

"என் சட்டை வேஷ்டி உனக்கு உள்ளபடியே உபயோகமாய் இருந்ததே. அதை நினைத்தேன். சந்தோஷமாக இருந்தது."

நீண்ட நெடிய விண்ணார்ந்த அந்தப் பெரிய கோபுரத்துக்குக் கீழேயும் இருள் மண்டியிருந்தது. நாளைக் காலையில் சூரியன் வருவான். எல்லா இருட்டும் ஒழிந்து போகும். உலகம் வெளிச்சம் பெறும்.

தீர்த்தகிரிக்கு நிம்மதியாக இருந்தது.

2013

நாளைக்கு வரும் கிளிகள்

வீட்டைக் கண்டுபிடிப்பது அப்படி ஒன்றும் சிரமமானதாக இல்லை. அவர் பெயரைச் சொன்னால், சின்னக் குழந்தையும் வழிகாட்டும் என்று ஆசிரியர் சொன்னது பொய் இல்லை. பஸ்ஸை விட்டு இறங்கி அவன் விழித்துக்கொண்டு நிற்கும்போது, ரோட்டோரம் இளநீர் விற்கும் அம்மாள் அவனை அழைத்து மாமாவைப் பார்க்க வந்தீங்களா என்று கேட்டு, முகவரியையும் சொன்னார்.

மாமாவின் வீடு ஊருக்கு வெளியே இன்னும் காங்கிரீட்காடாகி விடாத மரங்கள் மற்றும் மைதானம் காணப்படும் பகுதியில் ஒரு மாந்தோப்புக்குள் இருந்தது. அத்தனை காலையிலும் நிறைய கார்கள் தோப்புக்குள் நிறைந்து இருந்தன. ஆசிரியர், மாமாவைப் பேட்டி காணச் சொன்னபோது, அவன் தொலைபேசியில் அவரைத் தொடர்புகொண்டு அவருக்குச் சௌகரியமான நேரம் கேட்டான். உடனே மாமா சொன்னார்.

"காலையில் எத்தனை மணிக்குச் சாப்பிடுவீர்?"

"எட்டு ஒன்பதுக்குள் சார்"

"அந்த நேரம், நாம் சேர்ந்து சாப்பிடுவோம். சரியா?"

அந்தக் குரல் ஒரு நண்பரின் குரலாக இருந்தது. பிரமுகர்கள் குரல்போல இல்லை. பத்திரிகைக்காகப் பல பிரமுகர்களிடம் அவன் பேசி இருக்கிறான். அவர்களின் குரலில் ஒரு வெட்டுக் கத்தியின் முனை தெரியும். மாமாவோ தொலைபேசியில் கை குலுக்கினார்.

வரவேற்பு அறையில் அவனை அமரவைத்துச் சென்றார் உதவியாளர். அவனுக்கு முன் பத்து இருபது பேர் இருந்தார்கள். பட்டு வேட்டி கட்டிய இரண்டு பேர், பட்டுப் புடவை கட்டிய நிறைய பெண்கள் இருந்தார்கள். ஏதோ பிரச்சனைகளைச் சுமந்துகொண்டு அந்தக் கணத்தில் ஆழ்ந்திருந்தாற்போல அவர்களின் அசாதாரண அமைதி, சூழ்நிலைக்கு ஓர் அழுத்த வர்ணம் தந்திருந்தது. ஒரு புகழ் பெற்ற டாக்டரின் வரவேற்பு அறைக்குள் குழுமி இருக்கும் தீவிர நோயாளிகளின் வாசனையால் அந்த அறை நிரம்பி இருந்ததைப்போல அவன் உணர்ந்தான். எத்தனை வகையான வியாதிகள்? எவ்வளவு வியாதியஸ்தர்கள்? அவர்கள், திறக்கப்பட்டும் மூடப்பட்டும் இயங்கிய அறைக் கதவையே பார்த்தபடியே இருந்தார்கள். அந்த அறைக்குள்தான் மாமா இருக்கிறாராக்கும். நாலைந்து பேர்கள் கொத்தாக அறைக்குள் சென்றார்கள். அவன் மணியைப் பார்த்தான். எட்டாக இன்னும் இரண்டு நிமிஷங்கள் இருந்தன. சற்றுப் பொறுத்து அவன் வந்திருக்கலாம். அத்தனை கடமை உணர்வு தனக்குத் தேவைதானா என்று தனக்குள் விசாரித்துக்கொண்டான். எட்டரை மணிக்கு அறைக்குள் அழைக்கப்பட்டான். இரண்டு சாரிகளிலும் போடப்பட்ட சோபாக்களுக்கு எதிரில், ஒரு பிரம்பு நாற்காலியில் மாமா அமர்ந்திருந்தார். மாமா இரண்டு கைகளையும் முகத்துக்கு நேராக வைத்து அவனை வணங்கினார்.

மாமா என்பது வெள்ளைக் கதர் வேட்டியும் வெள்ளைச் சட்டையும் சுமார் அறுபது வயது. முகம் பளிச்சென்று புன்னகையும் திருப்தியும்கூடியதாக, பசியறியாதது என்று சொல்லும் படியாக இருந்தது. ரிட்டையர்டு ஆன, அடிமைச் சிரிப்பு இல்லாத மேல்நிலை குமாஸ்தா போலவும், திமிர் இல்லாத பரம்பரை மிராசுதாரர் போலவும் காணப்பட்டார். அறைகள் மனிதர்களை அடையாளம் காட்டும்தானே? அந்தப் பெரிய அறையில் ஆறு பேர் அமரும் இருக்கைகள் மட்டுமாக, நிறைய காலி வெளிகள் இருந்தன. ஏதோ ஒரு கற்பூரமோ அல்லது மணப்பொருளோ, இந்திய வாசனை ஒன்று கமழ்ந்துகொண்டு இருந்தது. தங்க முலாம் பூசப்பட்ட சாமியார் மாதிரியான ஒருவரின் சிலை மட்டும் இருந்தது. வேறு எந்தச் சாமிப் படமும் இல்லை.

“ஒன்றும் சிரமம் இல்லையே... வீடு வந்து சேர...”

“இல்லை. எல்லோருக்கும் உங்களைத் தெரிகிறது”

"என்னைத் தவிர" என்று புன்னகைத்தார்.

அவன் உஷாரானான். எல்லோரையும்போல அல்ல அவர் என்று தோன்றியது.

"எங்கே உங்கள் வாசம்?"

அவன் ராணிப்பேட்டை என்றான்.

"அப்படியென்றால், ஏழு மணிக்குப் புறப்பட்டிருப்பீர். பசிக்குமே... சாப்பிட்டுக்கொண்டே பேசலாம்"

பக்கத்தில் உள்ள அறைக்கு அழைத்துச் சென்றார். உணவு மேசை நாற்காலிகள் மட்டும். மூன்று இலைகள் போடப்பட்டு இருந்தன. ஒரு மத்திய வயசு அம்மாள் வந்து பரிமாறினார். அவர்களுக்கு எதிரே, தனியாகப் போடப்பட்ட இலைக்கு இட்லி, வடை, சட்னி போட்டுவிட்டு அப்புறம், அவர்கள் இலையில் பரிமாறினார்.

"உங்கள் பெயரைத் தெரிந்துகொள்ளவில்லையே..."

"நான் மூர்த்தி..."

"நான் சந்துரு. சந்திரசேகரன். ஜனங்க மாமான்னு கூப்பிடறாங்க. ஏன்னு தெரியலை. தாயின் சகோதரருக்கு மாமான்னுதானே பேர். சரின்னு நான் ஏத்துக்கிட்டேன். உங்களுக்குக் கடவுள் நம்பிக்கை உண்டா?"

"இல்லை"

"நல்லது. எனக்கு உண்டு. நாற்பது வயசுக்கு மேல ஏற்பட்ட நம்பிக்கை அது. வெளியே ஒரு சிலையைப் பார்த்திருப்பீரே. அவர் என் குரு. அவர்தான் நம்பிக்கை ஏற்படுத்தினார். எதையாவது பற்றிக்கொள்ள வேண்டி இருக்கே. வீடு கண்டுபிடிக்கச் சிரமம் ஒண்ணும் இல்லையே?"

"சிரமமே இல்ல சார். குழந்தைகளுக்கும்கூட உங்களைத் தெரிகிறது."

"எனக்குத்தான் தெரியவில்லை."

மாமா சிரித்தார்.

மூர்த்தி விழிப்புக்கு உள்ளானான். ஜாக்கிரதையாக இருக்க வேண்டிய இடம்.

சம்பளம் தருகிற முதலாளி நினைவுக்குள் வந்தார். அவன் தொழில் கடையை விரிக்கத் தொடங்கினான்.

"நீங்கள் எப்படி இந்த..." பொருத்தமான வார்த்தையைத் தேடினான் மூர்த்தி.

"துறைக்கு வந்தீர்கள்னு கேட்கிறீர் இல்லையா? தொழில்னு கேட்கத்தான் தோணித்து இல்லையா. இது எனக்குத் தொழில் இல்லை"

மாமா சற்று நேரம், அந்த மூன்றவாது யாரும் சாப்பிடாத இலையைப் பார்த்தார். பிறகு சொன்னார். "என் மனைவி அவருடைய 26வது வயதில் காலமானார். என்னுடைய 30வது வயதில் ஏதோ ஒரு நோய். கடவுளுக்கு ஒரு காரணம், அழைத்துக்கொள்ள வேண்டி இருக்கே... அவர் வலியால் அவஸ்தைப்படும்போது நான் பக்கத்தில் இருந்து ஆறுதல் சொன்னேன். நோய் குணமாயிடும்னு நம்பிக்கை ஊட்டுவேன். நம்பிக்கைதான். அப்போல்லாம் அவர் முகத்தில் தோன்றின வெளிச்சம் இருக்கே. அப்பப்பா! அப்போ எனக்குத் தோன்றியது, துன்பத்துக்கு உள்ளாகிற மனுஷங்களுக்குத் தேவை ஒரு வார்த்தை. ஒரு வார்த்தைதான் சார். எந்த மருந்தைக் காட்டிலும் பெரிய மருந்து அது. எல்லாம் சரியாயிடும், நல்லாயிடும், பிரச்சனையே இல்லை. இதுகூட மனிதர்களுக்குக் கிடைக்கிறது இல்லை. அதைச் செய்வேன்னு, அதுதான் என் வாழ்க்கைன்னு முடிவு எடுத்தேன். இப்பவும் அதைத்தான் செய்துக்கிட்டு இருக்கேன்"

அவர், உண்ணப்படாத இலையைப் பார்த்துக்கொண்டு இருந்தார். பிறகு சொன்னார். "என் அக்காள் மகள் ப்ளஸ் டூ படித்தாள். அவளை சராசரி என்று அவள் அம்மாவே சொல்வாள். முட்டாள் ஆசிரியர்கள், அவளைக் கடைசி பெஞ்ச்னு சொன்னார்கள். நான் மட்டும் அவளை நம்பினேன். அவள் படிப்பா, நல்லாப் படிப்பா, ரொம்ப நல்ல மார்க் வாங்குவான்னு சொன்னேன். என்ன மாயம்னு தெரியலை, நல்ல மார்க் வாங்கி, பாஸ் பண்ணினாள். எனக்கு இந்தப் படிப்பு மேல நம்பிக்கை இல்லை. ஆனால், அவளுக்கு அதைச் சொல்ல முடியுமோ? முட்டாள் டாக்டர்கள் இந்த நோய் குணமாகாதுன்னு சொல்வார்கள்.

நான் சொல்றது இல்லை. சொல்லக்கூடாது. கேன்சர், ஹெச் ஐ. வி ஏதோ ஒரு எழவு. வர வழி இருக்கும்னா போகவும் வழி

இருக்கும்தானே? வெளியில் ஒரு பேஷன்ட் இருக்கார். அவரை நான் குணப்படுத்திட்டு இருக்கேன். உங்களுக்குத் தெரியுமா? நான் எம். டி. படிச்ச டாக்டர். 20 வருஷ அனுபவம் எனக்கு உண்டு"

"ஆனா மருந்து கொடுக்கிறது இல்லை"

"வேறு மருந்து கொடுக்கிறேன். நோயாளிகள் சாய்ந்துகொள்ள தோள் தேடுபவர்கள், அன்புக்கு அன்பாகச் சொல்லப்படும் ஒரு வார்த்தைக்கு ஏங்குகிறார்கள். டாக்டர்கள் நோய்க்கு எதிராக வேறு ஒரு நோயை உடம்புக்குள் ஏற்றுகிறார்கள். நான் ஆத்மாவுக்குள் எதையாவது கொண்டு செல்ல விரும்புகிறேன்."

"ஆத்மா மருத்துவம்?"

"ஆம், நாம் எல்லோரும் நோயாளிகள் சார். எந்த மருந்தாலும் குணப்படுத்த முடியாத நோயாளிகள். படுக்கையிலே சாய்க்கப்பட்டால் ஒழிய, நாம் அதை நம்பறது இல்லை. நாம் ஆரோக்கியமா இருக்கிறதா நம்பறோம். இல்லை. நான் உங்களை, உங்களையே உள்நோக்கிப் பார்த்துக்கொள்ளச் சொல்லிக் கொடுக்கிறேன். அவ்வளவுதான்."

நாங்கள் கை கழுவ எழுந்தோம்.

"சார்... இந்த இலைக்கு யாருமே வரலையே. யாரையாவது எதிர்பார்க்கிறீர்களா?"

"என் மனைவி அங்கே சாப்பிடறார்."

மாமாவுடைய நூலகத்துக்குள் மூர்த்தி அமர்த்தி வைக்கப்பட்டான். நண்பர்களைப் பார்த்துவிட்டு வந்துவிடுகிறேன் என்றார் மாமா. பேஷன்ட்டுகளை அவர் நண்பர்கள் என்றார். ஆங்கிலப் புத்தகங்களால் நூலகம் நிரம்பி வழிந்தது. ஐரோப்பிய, ஆசிய தத்துவதரிசிகள் வரிசையாக அடுக்கி வைக்கப்பட்டு இருந்தார்கள். மேசை மேல் சிலர் கவிழ்த்து வைக்கப்பட்டு இருந்தார்கள். வெளி வாசலை ஒட்டிய திறந்தவெளியில் மிளகாய் காய்ந்துகொண்டு இருந்தது. மூர்த்தி கையில் ஒரு புத்தகத்தை எடுத்து வாசிக்கத் தொடங்கினான்.

மேலே சுவரில் ஓர் இளம்பெண்ணின் படம் மாட்டப்பட்டு இருந்தது. அதன் கீழே ஏ. வி. எஸ் மணிமேகலை என்று எழுதப்பட்டு பிறப்பு, இறப்பு குறிப்பிட்டு இருந்தது. அந்தத் தலைப்பு எழுத்துகள் தொடர்ந்து அவன் நினைவுக்குள் வந்து சேர்ந்தன. அடிக்கடி, கேட்ட பெயர் அது.

மாமா வந்து சேர்ந்தார். "காக்க வைத்தமைக்கு மன்னியுங்கள்" என்றார்.

"இந்தப் படம்..."

"என் மனைவி"

"ஏ. வி. எஸ். என்கிற எழுத்துகளை அடிக்கடிக் கேட்டதாக இருக்கிறது"

"பள்ளி, கல்லூரி, மருத்துவமனை அந்தப் பெயரில்தான் இருக்கும். எல்லாம் இலவச அமைப்புகள்"

மூர்த்திக்கு நினைவு வந்தது. அவன் தங்கை அந்த மருத்துவமனையில்தான் சேர்க்கப்பட்டாள். சில வருடங்களுக்கு முன்பு. அதைச் சொன்னான்.

"அப்படியா?" என்ற மாமா, "என்ன பிரச்சனை. இப்போ நன்றாக இருக்கிறாரா?"

"நன்றாகி, மருத்துவமனையை விட்டு வெளியே வந்தாள். ஸ்டவ் வெடித்து ஆஸ்பத்திரிக்கு வந்தாள். பூரண குணமாகி ஆட்டோவில் வீடு திரும்பும்போது லாரி மோதிப் பலியானாள்"

"கல்யாணம் ஆனவரா?"

"அதனால்தான் ஸ்டவ் வெடித்தது"

"ம்... கணவன் இரண்டாம் கல்யாணம் செய்து கொண்டு இருப்பானே?"

"அதேதான்!"

"புரிகிறது" என்றார் மாமா.

சற்று அமைதிக்குப் பிறகு மாமா சொன்னார். "இந்தியாவில் பெண்கள் பிறப்பதே பாவம்."

அப்புறம் மாமா சகஜமாகப் பேச ஆரம்பித்து விட்டார். "மதியம் ஒரு மணிக்கு நீங்கள் இங்கு இருந்தால் பார்க்கலாம் சார். இரண்டு பச்சைக் கிளிகள் இங்கே வந்து, இந்தச் சுவரில் உட்காரும். நான் தயாராக கொய்யாப் பழமோ, வாழைப்பழமோ அவற்றுக்கு முன்னால் வைப்பேன். சாப்பிட்டுப் போய்விடும். ஒரு விஷயம்... முதலில் தனியாகத்தான் ஒரு கிளி வந்துச்சு. அப்புறம் அது துணையைக் கூப்பிட்டுக்கொண்டு வந்தது. இணைபிரியாத

கிளிகள். எனக்கு என்ன பிரச்சனைன்னா, என்னால் ஊர்ப் பயணம் போக முடிவது இல்லை. அதுகள் வந்து காத்திருந்து ஏமாந்து போயிடுமோன்னு கவலையா இருக்கு”

“சமையல் பரிமாறினாங்களே, அந்த அம்மாள்...”

“அந்த அம்மாள் எங்களோட ரொம்ப காலமா இருக்கிறவர். என் மனைவி இருக்கும்போது இங்க இருந்தவர். அவங்க வெச்சாலும் கிளிகள் சாப்பிடுவது இல்லை. ஏன் நாமே எல்லோரிடமும் சிநேகம் பண்றமோ? இல்லையே? அந்த உணர்வு பறவைகளுக்கு இருக்க முடியாதா... இருக்கு”

“கல் வச்சுக் கட்டிய வீடுகளுக்கு முகம் இருக்கு. அது நம்மோடு பேசும்னு ஓர் எழுத்தாளர் எழுதியிருக்கார்”

“தஸ்தயேவ்ஸ்கிதானே?”

“ஆமாம்”

மூர்த்தி புறப்படத் தயார் ஆனான்.

“மத்தியானம் சாப்பிடலாமே, சேர்ந்து”

“இருக்கட்டும் சார்... அதிகம் சாப்பிட்டுட்டேன்.”

மாமா சிரித்தார். சொன்னார். “ஒரு வேண்டுகோள்...”

“சொல்லுங்கள்...”

“பேட்டின்னோ, கட்டுரைன்னோ என்னைப் பற்றி எதுவும் எழுத வேணாம். எனக்குக் கூச்சமா இருக்கும். பேசணும்னு தோணியது, பேசினேன். உங்க எடிட்டர் எனக்கு வேண்டியவன். ரொம்ப வருஷத்து சினேகன். முகத்துக்கு முன்னால மறுக்க முடியலை. தயவு செய்து ஒண்ணும் எழுத வேண்டாம். நான் அவன்கிட்ட பேசறேன்.”

“எனக்கும் தோணுச்சு சார்... எழுதலை”

அவர் கைகுலுக்கினார். “கார்ல போகலாமே...”

“வேணாம் சார். பல இடங்களுக்குப் போகணும்...”

வெயில் கடுமையாக இருந்தது. வெயில் எப்போதுதான் நடந்து செல்பவர்களுக்கு இனிமையாக இருந்தது? இந்நேரம் கிளிகள், மாமா கொடுத்த பழத்தைச் சாப்பிட்டுக்கொண்டு இருக்கும். அவனுக்குத் திடுமென சந்தோஷமாக இருந்தது.

சங்கரபவனில் பார்சல் சாப்பாடு வாங்கிக்கொண்டான். அறைக்குத் திரும்பியவுடன் குளித்தான். மேசை மேல் சாப்பாட்டைப் பிரித்து வைத்தான். இலையை விரித்து சாதம் பரிமாறினான். கூட்டு, பொரியல், பரிமாறினான். சாம்பார் ஊற்றினான்.

வழக்கமாகச் சாப்பிடும் தட்டை எடுத்து தனக்கு முன் வைத்துக்கொண்டான். அதில் சோறு பரிமாறிக்கொண்டு சாப்பிடத் தொடங்கினான்.

சுமதியோட சேர்ந்து சாப்பிட்டு எத்தனை காலமாயிற்று?
அவனுக்கு அந்தக் கிளிகள் நினைவுக்கு வந்தன!

2013

நீரதன் புதல்வர்

அலுவலகத்தை விட்டு வெளி வந்தான் மூர்த்தி. வாசலில் நின்றிருந்த போலீஸ்காரன் அடித்த வணக்கத்தை அசிரத்தையாக எதிர்கொண்டான். தெருவில் இருட்டு இல்லை. அந்த நாட்டு முதல் அரசர் பணி செய்யும் பகுதி என்பதால், தெரு இருளாமல் பார்த்துக் கொள்வார்கள். ஆனால், தெருவில் நாய்கள் அதிகமாகி இருக்கின்றன. மனிதகுலத்துடன் பல்லாயிரம் ஆண்டுகளாக வாழ்ந்துகொண்டு இருக்கும் அவைதான் எங்கு போகும்.?

அவனுடைய நண்பன் செல்லில் வந்தான். வந்துகொண்டு இருப்பதாகவும் அலுவலகத்தில் இன்று வேலை அதிகம் என்றும் சொன்னான். ஆறு மணிக்கு வெளிப்பட்டிருந்தால், அலுவலக காரில் சென்று சோழ பஜாரில் இறங்கியிருப்பான். ஆட்டோ பேசி ஏறி அமர்ந்தான். "ஆச்சரியமா இருக்கு சார். நீங்கள்லாம் ஆட்டோவில் போறது... முதல் அரசருடன் நீங்கள் இருக்கிற நிறைய போட்டோவைப் பத்திரிகையில் பார்த்திருக்கிறேன்" என்றார் ஆட்டோ டிரைவர்.

"ஆட்டோ இல்லை தம்பி, பஸ்ஸில் போறதுதான் என் தகுதி. நண்பர் காத்திருக்கிறார். அதுக்காகத்தான்"

சோழ பஜாரில் அந்தப் பழங்காலக் கட்டடத்தின் மேல் தளத்தில் நான்கு புத்தக விற்பனைக் கடைகள் இருந்தன. அதில் ஒன்று மூர்த்தியின் நண்பருடையது. மூர்த்தி உள்ளே போய் அமர்ந்ததும் சட்டென்று வெக்கை தாக்கியது. மேலே மொட்டை மாடி.

வெயில் காலத்தில் வெக்கை. கோழி இறகுபோல் இறங்கும். கடந்த ஏழெட்டு ஆண்டுகளாகவே அடுத்த கோடைக்குள். ஏ. சி. போட்டுடுவேன் என்று சொல்லி வருகிறான், பரிமேலழகன். கைக்கெட்டும் தூரத்தில் இருந்த ஆ. கேவின் புத்தகத்தை எடுத்துப் புரட்டினான். "அருமையான புத்தகம்" என்றான். அழகான தயாரிப்பு. ஆனால் ரேக்கில் இருந்த நான்கு புத்தகங்களும் அப்படியே இருந்தன.

கடையைச் சாத்திப் பூட்டிவிட்டுப் புறப்பட்டான் பரிமேலழகன். இரண்டு பேரும் சோழ பஜாரின் லேண்ட்மார்க்காக இருக்கும் அந்த ஹோட்டல் பாருக்குச் சென்றார்கள். கோடைக் காலத்தில் பார்கள் நிறைந்து வழிவதற்கு என்ன காரணம் என்று யோசிக்க வேண்டும் என்று நினைத்துக்கொண்டான் மூர்த்தி. முடித்து எழுந்த இருவரின் இடத்தில் அவர்கள் அமர்ந்தார்கள்.

"என்ன சார் லேட்? வழக்கம்போலத்தானா?" என்று விசாரித்தான் பாலு. அவர்கள் தலையசைத்தார்கள். பார் மிகவும் இரைச்சலாக இருந்தது.

"சாராயக் கடையில் இந்தச் சத்தம் இல்லை" என்றான் மூர்த்தி.

"ஆனால் இங்கே வருகிறவர்கள் சற்று மேம்பட்டவர்கள் என்பது ஐதீகம்."

"சாராயக் கடையில் பார்த்திருக்கிறேன். ஆயிரம் யோசனைகளுடன் வருவார்கள். சரக்கையும் பாக்கெட் வாட்டரையும் வாங்கிக்கொண்டு அப்படி ஒதுங்குவார்கள். என்ன காரணத்தாலோ குடித்து முடிப்பதில் அவசரம் காண்பிப்பார்கள். முன்னால் இருக்கும் சாராயக் குவளையை உற்றுப் பார்த்துக்கொண்டு நிற்பார்கள். உலகத்தில் ஒட்டு மொத்தக் கசப்பும் அந்தக் குவளையில் மிதப்பதை அவர் மட்டுமே அறிவார். குடிக்கிறது எதையும் மறக்கிறது இல்லை பரி. எல்லாத்தையும் நினைச்சுக்கிறதுக்கு"

அவர்களுக்கு உரியது, அவர்களுக்கு முன் வைக்கப்பட்டது. மற்றும் சுண்டல் முறுக்குகள். மூர்த்தி சிக்கனும் பரி மீனும் வாங்கிக்கொண்டார்கள். கூட்டம் குறைந்துகொண்டு இருந்தது. மேசைகளின் மேல் கவிழ்ந்து இருக்கும் பல்புகளைச் சுற்றும் புகையையே பார்த்துக்கொண்டு இருந்தான் மூர்த்தி. ஒளியூட்டப்பட்ட சிலந்தி வலையைப்போல இருந்த புகையின்

சாம்பல் கோடுகள் மேலேயும் பக்கவாட்டிலும் கிளைத்து இருட்டில் கரைந்தது.

"ரொம்பக் களைப்பா இருக்குது. இன்னிக்கு வேலை அதிகம், ஆபீஸுக்குள் நுழைஞ்சவுடன் முன்னூறு பக்கப் புத்தகத்தைக் கொடுத்துட்டார் செகரெட்டரி. இன்னிக்குள்ள படிச்சு குறிப்புகளை எடுத்துக் கொடு. அரசர் டேபிளுக்கு ஏழு மணிக்குப் போகணும்னு சொல்லிட்டார்."

"கிழக்கு ஆசியப் பிரச்சனைகள், வென்டல்டாம் எழுதியது. நாளைக்கு தெற்கு ஆசிய நாட்டுப் பிரதிநிதிகள் கோஷ்டி ஒண்ணு வருது. அவர்களைச் சந்திக்கணுமே அரசர்."

அவர்கள் ரிபீட் பண்ணினார்கள்.

"இன்னிக்கு அ நாட்டுத் தூதர் வந்திருந்தார். முதல் அவரோட நட்புமுறையான சந்திப்பு..." என்றபடி சிரிக்கத் தொடங்கினான் மூர்த்தி.

"எதாச்சும் தமாஷ் நடந்ததா?"

"சாதாரண தமாஷ் இல்லப்பா. சூப்பர் டூப்பர் தமாஷ்"

தூதர் ஸ்டீபன் வறுமைக் கோட்டுக்குக் கீழ் இருக்கும் நாடுகளின் தூதுவர். நாம் மேலே இருக்கிறோமோ, நம்மை ஆள்பவர்கள் மட்டும்தான் மேலே இருக்கிறார்கள். அவர் இரவு நேரங்களில் நம் ஊரின் வெளிச்சத்தை வாரி அடிக்கும் கூட்டங்கள். கல்யாணம், ஊர்வலம், வயசுக்கு வந்த பெண்ணைக் காரில் ஏற்றி நடத்தும் பவனிகள் எல்லாவற்றையும் பார்த்திருக்கிறார். மின்சாரம் குறைந்து இருட்டில் வாழும் அவர் நாட்டுக்கு மின்சாரம் பற்றிய புரிதல் தேவைப்படுகிறது. பேச்சு அதில் இருந்து தொடங்கியது.

"சார் உங்களுக்கு இந்த 'பவர்' எங்கிருந்து வருகிறது. பவருக்கு எந்த முறையைக் கடைப்பிடித்துச் சேமிக்கிறீர்கள்?"

"பவர் என்று அந்தத் தூதுவர் சொன்னது... மின்சாரம் பற்றிதானே? மேலே சொல்"

"நம் அரசர் என்ன சொன்னார் தெரியுமோ?"

"என் பவர் இந்திரா காந்தியிடம் இருந்து மூப்பனார், மூப்பனாரில் இருந்து எனக்கு. இந்த நாட்டில் நான்தான் உச்ச பவர் உள்ளவன்" என்றார். நான் சிரித்துவிட்டேன். அரசர் என்னைக் குழப்பத்தோடு பார்த்தார். அதைவிடப் பெரும் குழப்பத்தோடு

அந்தத் தூதுவர் இருந்தார். பவர் என்கிற ஆங்கிலப் பதத்துக்கு என்னென்ன வேறு அர்த்தங்கள் இருக்குமோ என்கிற குழப்பத்தில் ஆழ்ந்து போனார். சற்றும் அக்குழப்பத்துக்கும் குறையாத மனோபாவத்தோடு இருந்தார்கள், அவரோடு வந்தவர்கள்.

தூதர் சிரித்துக்கொண்டார். கடினமான கேள்விகள், சூழல்கள் அவர் மேல் திணிக்கப்பட்டாலோ, அவருக்குத் தெரியாததைக் கேட்டாலோ, அவர் பதிலாகச் சிரிக்க வேண்டும் என்றே அவருக்குக் கற்றுக் கொடுக்கப்பட்டு இருக்கிறது.

தூதர் மேலும் சிரித்துக்கொண்டார். வேறு விஷயத்துக்குத் தன்னை மாற்றிக்கொண்டார்.

"மதர் இறைவனடி சேர்ந்தது பற்றி செய்திகளைப் பார்த்தோம். என்னுடையதும் எங்க நாட்டுடையதுமான வருத்தங்களைப் பகிர்ந்து கொள்கிறோம் சார்."

அரவிந்தர் ஆஸ்ரமத்து அன்னை சென்ற வாரம்தான் காலமாகி இருந்தார். ஆனால் நம் அரசரின் அம்மாவும், போன வாரம்தான் காலமாகி இருந்தார். உனக்குத் தெரியும்தானே பரி? தன் அம்மாவைப் பற்றித்தான் தூதர் வருத்தம் தெரிவிக்கிறார் என்று நினைத்துக்கொண்டு நம் அரசர் பொங்கி விட்டார். கேவிக் கேவி அழத் தொடங்கி விட்டார்.

"பரதேவதை... போய்ச் சேர்ந்துட்டா. மூணு வருஷத்துக்கு முன்னால் செத்துப் போன என் அப்பாவோடதான் என் அம்மா இருப்பா. பதினாறு குழந்தைங்க சார். நான் ஆறாவது, அப்பா கட்டட மேஸ்திரி. கொறைச்ச சம்பளம். எங்களை எல்லாம் ஆளாக்க எவ்வளவு கஷ்டப்பட்டு இருப்பானு யோசியுங்க. வெச்சு ஆதரிச்சு, மூணு வேளை கஞ்சி ஊத்த எனக்குக் கொடுத்து வைக்கலை."

பக்கத்து மேசைக்காரர்களைத் திரும்பிப் பார்க்க வைத்தது அவர்கள் சிரிப்பு.

மூர்த்தி தொடர்ந்தான். "ஆனாலும், பாரு, பல விஷயங்கள் எங்களுக்குள்ள நடந்திருக்கு. அதை நானும் மறக்கலை. முதல் அரசரும் மறக்கலை. உயிருக்கு உயிரா அவர் நேசிச்ச சொர்ணா வரச் சொன்னாள்னு, இவர் அவள் வீட்டுக்குப் போனப்ப, திடும்னு சொர்ணாவோட அப்பா வந்து ஏகப்பட்ட களேபரம். விஷயம் வெளியே கசிஞ்சு அவர் அரசியல் வாழ்க்கை வீணாகிடக்கூடாதுன்னு அதுக்கு மறுநாளே ரிஜிஸ்டர் ஆபீஸ்ல

வெச்சு என் செயின், வாட்ச், மோதிரம் எல்லாத்தையும் வித்து அவர் கல்யாணத்தை நான் நடத்தி வெச்சதை அவர் மறக்கலை. அதனாலதான் பதவிக்கு வந்ததும் என்னைக் கூப்பிட்டு நல்ல சம்பளம் கொடுத்து வெச்சுக்கிட்டார். அதேபோல கட்சிப் போராட்டத்துல கலந்துக்கிட்டு நான் ஜெயிலுக்குப் போனப்ப, அது எனக்குக் கல்யாணம் ஆயிருந்த நேரம், ஆறு மாசம் என் குடும்பத்துக்கு அவர்தானே சோறு போட்டார். நாங்க ரெண்டு பேருமே எங்களை மறக்கலை!"

பாரை விட்டு வெளியே வந்தார்கள். பரிக்கு விடை கொடுத்து அனுப்பினான்.

வீடு தூரத்தில் இல்லை. நடக்கலாம் என்றது இரவுத் தெருவும் குளிர்ச்சியான காற்றும். மழை வரலாம்போலத் தோன்றும் சூழலும், இரவுகளில் மட்டும் வேறு முகம் காட்டும் வீடுகளிடம் அதுகுறித்துக் கேட்க வேண்டும். நிறைய நாய்கள் தெருவில் தென்பட்டன. சில தூக்கத்தில் இருந்தன. சில இவனை நண்பனைப்போலப் பார்த்தன. சில நாய்களின் பார்வையில் நெருப்பு கனன்றது. சில, இவனை அலட்சியப்படுத்தின. பூமியின் மேல் மூர்த்தி என்கிற மனிதன் பிறக்கவே இல்லை. அவன் நம் முன் நடக்கவே இல்லை என்பதுபோல அவனைப் பார்த்துக்கொண்டே அவனைப் புறக்கணித்தன.

குழந்தைகளின் விடுமுறைகளைக் கொண்டாட அம்மா வீட்டுக்குப் போயிருக்கும் மகாலட்சுமியை நினைத்துக் கொண்டான். வாசனைப் புல் போன்றது அவள் கூந்தல். முட்டை ஓடு போன்றவை நகங்கள். குழந்தைகள் அமைதியாக உறங்கிக்கொண்டு இருப்பார்கள். மகிழ்ச்சியாக நாளைய காலையை எதிர்கொள்வார்கள். விடுமுறைக் காலங்களில் மட்டும் குழந்தைகள் ஆரோக்கியமாக வளர்கிறார்கள். ஆபீஸ் சகா ரத்னாவுக்கு நாளை காலை புரோக்கரைப் பார்த்து வீடு ஏற்பாடு செய்து தர வேண்டும். லேடீஸ் ஹாஸ்டல் வாழ்க்கை. ஷூக்களில் குடும்பம் நடத்துவது மாதிரி இருக்கிறது என்றாள். அற்பக் கணவன்... செயலகத்தில் பணிபுரியும் தற்காலிக ஊழியர்களை, பத்து ஆண்டுகளுக்கும் மேலாகவா தற்காலிகமாக வைத்திருப்பது என்று அரசரிடம் சொல்லி, நிரந்தரப்படுத்த ஆவன செய்ய வேண்டும். நான் இப்போது அரசருக்கு நெருக்கம் என்றே உலகம் நினைக்கிறது. அரசர் அடித்துச் சேர்த்த கஜானாவில் பாதி எனக்கானது என்று நினைக்கின்றன, நட்பும் சுற்றமும், அலுவலக மேஜையைத்

திறந்தால் தவளைகள் குதித்து வெளியேறுகின்றன. ஜன்னல் வழியாகப் பாம்புகள் நுழைந்து, அலுவலக அறைக்குள்ளேயே புற்று கட்டுகின்றன.

மூர்த்தி வீடு வந்து சேர்ந்தான். பாக்கெட்டைத் துழாவி சாவியை எடுத்து, சிரமப்பட்டுக் கதவைத் திறந்தான். வீட்டு வாசலில் ஒரு பல்பைப் பொருத்த வேண்டும் என்று நினைத்துக்கொண்டான். உள்ளே நுழைந்து கதவைத் தாழிட்டு, உள் விளக்குகளை எரியவிட்டான். தண்ணீர் குடித்தான். கைலிக்கு மாறினான். படுக்கையில் தலையணைகளை மேடாக அடுக்கிச் சாய்த்துக்கொண்டு படித்துக் குப்புறக் கவிழ்த்துவைத்து இருந்த "காந்திக்குப் பிறகான இந்தியா" என்ற புத்தகத்தை எடுத்து, விட்ட இடத்தில் இருந்து படிக்கத் தொடங்கினான்.

இரவு, ஒரு மரவட்டையைப்போல மெள்ள மெள்ள ஊர்ந்துகொண்டு இருந்தது. திடுமென நாய் ஒன்று குரைத்து அடங்கியது.

அவசர நிலையின்போது ஆபத்துக்கு உள்ளானவற்றில் பத்திரிகைச் சுதந்திரமும் ஒன்று. முதல் வாரத்திலேயே அரசு, பத்திரிகைகளுக்கு முன் தணிக்கையை அறிமுகம் செய்தது. செய்திகள் எவையென்று அரசாங்கமே வகுப்பெடுத்தது. தணிக்கைக் குழுவில் இருந்த அறிவாளிகள், தக்காளி விலை ஏற்றம் பற்றிய செய்தியைக்கூட அபாயகரமான செய்தி என்றார்கள். சோ ராமசாமி அரசியல் சட்டத் திருத்தங்கள் பற்றிய, ஒரு தேசிய விவாதம் பற்றிய கேலிச் சித்திரத்தைத் தணிக்கைக் குழுவுக்கு அனுப்பி வைத்தார். தேசிய விவாதத்தில் இரண்டு பேர், ஒருவர் இந்திராகாந்தி மற்றவர் சஞ்சய் காந்தி மட்டுமே விவாதத்தில் கலந்துகொண்டவர்களாகக் காணப்படுகிறார்கள். பெயர் அற்ற ஒரு ஜனநாயகவாதி, "டைம்ஸ் ஆஃப் இந்தியாவில்", மரண அறிவித்தல் விளம்பரம் ஒன்றை வெளியிட்டார். "D. E. M. O" கிரேசி மரணம் வருத்தத்துடன் அஞ்சலி செய்வோர், அவர் மனைவி டி. ருத் (Truth) மகன் எல். ஐ. பெர்ட்டி (Liberty) மகள்கள் ஃபெய்த் (Faith) ஹோப் மற்றும் ஜஸ்டிஸ்.

படித்துக்கொண்டு இருந்தவன், புத்தகத்தின் முக்கியமான பகுதியில் கோடிடுவதற்காக எழுந்து மேசை மேல் இருந்த பென்சிலை எடுத்தான். வெளியே நாய்கள் மிகப் பலமாகக் குரைத்தன. கூடவே கதவு தட்டப்படும் ஓசை கேட்டது. மூர்த்தி மணியைப் பார்த்தான். நள்ளிரவைத் தாண்டிக்கொண்டு

இருந்தது, காலம். சட்டையைப் போட்டுக் கொண்டு வந்து கதவைத் திறந்தான். மங்கிய வெளிச்சத்தில் ஒரு போலீஸ் உருவம் தென்பட்டது. அவனது தோளின் வழியாக, வாசலில் காவல் துறை வாகனங்கள் இரண்டும் போலீஸ்காரர்களும் நிற்பது தெரிந்தது.

"யார்?" என்றான் மூர்த்தி.

"அண்ணே, நான் நாராயணசாமி"

நினைவு வந்தது. அண்மையில் ஒரு கிரிமினல் வழக்கில் சிக்கி மூர்த்தியின் காலைக் கட்டிக்கொண்டு அழுத கண்ணீரால் இரங்கி காப்பாற்றப்பட்ட துறையின் ஒரு திருகாணி அவன்.

"என்னப்பா, இந்த நேரத்துல... அரசர் கூப்பிட்டிருக்காரா?"

"இல்லண்ணே, உள்ள வாங்க சொல்றேன்..."

மூர்த்தி அமர்ந்தான். நாராயணசாமி நின்றபடி சொன்னான்.

"மேலிடத்து உத்தரவு அண்ணே... உங்களை அரெஸ்ட் பண்ண வந்திருக்கேன்."

"மேலிடம்னா? அரசரா உத்தரவு போட்டார்?"

"அரசர் பக்கத்துல இருப்பவர் நீங்க. அவர் சொல்லாமே இது நடக்குமாண்ணே?"

தொடர்ந்து அவனே சொன்னான்.

"எனக்கு எஸ். பி. உத்தரவு அண்ணே..."

"எதுக்குன்னு சொன்னாங்களா?"

"கஞ்சா கேஸ்தாண்ணே!"

"அது தெரிஞ்ச விஷயம்தானேப்பா... நாம், நமக்குப் பிடிக்காதவங்க மேல அந்த கேஸ்தானே போடுவோம். அதல்ல நான் கேக்கறது, என்ன காரணத்துல அரசருக்கு என் மேல கோபமாம்.?"

"சரியாத் தெரியலைண்ணே. அரசரைக் கேலி பண்ற மாதிரி அவர் முகத்துக்கு முன்னால, அதுவும் யாரோ வி. ஐ. பி. முன்னால..."

மூர்த்திக்கு நினைவு வந்தது.

அந்த பவர் டில்லியில் இருந்து முயல் குட்டி மாதிரி வருவது. அம்மாவுக்கு அதாவது மதருக்குக் கஞ்சி ஊத்தாத விவகாரம் நினைவுக்கு வந்தது.

"இப்படித்தான் அவர் முன்னால் சிரிச்சீங்களா?"

"ஆமா?"

"என்னண்ணே...?"

நாராயணசாமி இடது பாக்கெட்டில் இருந்து சில பொட்டலங்களை எடுத்து வைத்தான்.

"கஞ்சாவை இப்படித்தான் பாக்கெட் பண்ணுவாங்களா?"

"ஆமாண்ணே"

"நான் எத்தனை பொட்டலம் வெச்சிருந்தேனாம்?"

"நம்ம சண்முகம் நாலைஞ்சு பேரைக் கூட்டிக்கிட்டுக் கிளம்பி இருக்காண்ணே. கிடைக்கிறதைப் பொறுத்து..."

"சரி... அஞ்சு நிமிஷம் வெயிட் பண்ணு. முகம் கழுவிக்கிட்டு வந்துடறேன்."

"பொறுமையா வாங்கண்ணே."

திரும்பி வந்த மூர்த்தி, ஜோல்னா பையில் சில புத்தகங்களை எடுத்து வைத்துக்கொண்டான். "காந்திக்குப் பிறகான இந்தியா" புத்தகத்தையும் சேர்த்து வைத்துக்கொண்டான்.

"வாப்பா போகலாம்."

அரசரின் மாளிகை ஓர் ஆற்றங்கரையில் இருந்தது. வெளிப்புறச் சுற்றுச் சுவர் தாண்டி காக்கைகள் பறக்கத் தயங்கின. சுவரில் முட்டிக்கொண்டு மூக்குடைந்த பறவைகள் அதிகம் இருந்தன. இரு புறமும் திறக்கத்தக்கதான இரு பெரும் கதவுகள், வாயிலை அடைத்தே இருக்கும். வாயிலுக்கு எதிரில் காவலர் துப்பாக்கியுடன் நிற்பார்கள். காலை ஒன்பதரை மணிக்கு இரண்டு பெரும் கதவுகளும் பெரும் சத்தத்துடன் திறக்கும். உள்ளிருந்து வரிசையாகப் புறப்பட்டு வரும் கார்கள், யுத்த களத்துக்குப் போவது மாதிரி உறுமிக்கொண்டு சீறிப் பாயும். அவற்றுக்கு முன் தெருவில் நாய், பூனை, ஈ, எறும்பு மற்றும் மனிதர்கள் யாரும் காணாதபடி காவலர்கள் பார்த்துக் கொள்வார்கள். அரை மணி முன்பாகவே தெருவின் இருபுறமும் கடக்கும் வாகனங்கள் நிறுத்தப்பட்டுவிடும். கல் பாவிய தெருவில் கானங்கள் மட்டும் மிதந்தபடி இருக்கும்.

வாயிலையும் தெருவையும் இணைக்கிற சிமென்ட் பால வளைவில் மக்கள் வேடிக்கை பார்க்கவும் வாழ்த்து கோஷம் போடவும் அனுமதிக்கப்பட்டனர். அவர்கள் மத்தியில் கடந்த சில

நாட்களாகக் கைக்குழந்தையுடன் மகாலட்சுமி காணப்பட்டாள். காலை எட்டு மணிக்கே அவள் அங்கு வந்துவிடுவாள். கடும் வெயில் காரணமாகச் சமயங்களில் குழந்தை புழுங்கி அழும். சமயங்களில் அயர்ந்து உறங்கும். வெயிலில் இருந்து குழந்தையின் தலையைக் காக்க தன் மேலையே போர்த்தியிருந்தாள்.

சில நாட்களில் ஒரு போலீஸ்காரன், தன் கைத்தடியாக மக்களை நெட்டித் தள்ளி, சத்தம் போட்டு இல்லாத ஒழுங்கை உருவாக்கிவிட்டுப் போவான். மக்கள் அசைந்து அசைந்து மீண்டும் ஒரு புதுக் கும்பலை உருவாக்கி விடுவார்கள். அரசர் கார் வளைந்து கடக்கும்போது, மகாலட்சுமி உடைந்து அழுவாள். அவள் அழுகையை அரசர் காண நேரும் என்று அவள் நம்பினாள். ஒரு நாள் ஒழுங்கை நிலைநாட்டும் அந்தக் காவலர் மகாலட்சுமியிடம் "யாரும்மா நீ, என்ன வேணும்?" என்றார்.

தன் கணவன் அரசரிடம் வேலை பார்த்ததையும் கஞ் சா வழக்கில் சிறையில் இருப்பதையும் அரசரிடம் மன்றாடித் தன் கணவரின் விடுதலை கோரவே, தான் அங்கு வருவதாகச் சொன்னாள். இதைச் சொல்லும்போது அவள் கண்களில் நீர் வழிந்தது.

"மூர்த்தி சார் மனைவியா, நீங்க...?"

"உம்..."

"அடக் கடவுளே!"

சிமென்ட் பாலத்தின் தொடக்க முனையில், மரத்தடியில் தனியாக, அரசரின் கார் வெளிவரும்போது அவர் பார்வைபடும் விதமாக மகாலட்சுமி நிற்க ஏற்பாடு செய்து தந்தார் காவலர். தொடர்ந்து முப்பத்தேழு நாட்கள், கோடை வானத்தின் கீழ் நின்று தினம்தோறும், அரசரின் காரைப் பார்த்ததும் அழுதாள் மகாலட்சுமி.

மூந்தைய தினம் நள்ளிரவுக்கு மேல்தான் விடுதலை ஆனான் மூர்த்தி. ஜீப்பில் அவனைக்கொண்டு இறக்கிவிட்டுப் போனார்கள். களைப்பில் உறங்கிப் போனவன் காலை எட்டு மணிக்கு மேல் கண் விழித்தான்.

"நல்ல காப்பி சாப்பிட்டு ரொம்ப நாள் ஆச்சி" என்றான் மகாலட்சுமியிடம்.

அவள் முகம் வாடியது. காப்பித்தூள் இல்லை. பால் இல்லை. காசும் இல்லை என்பதைப் புலப்படுத்தினாள் மகாலட்சுமி.

பத்து மணிக்கு மேல் பரிமேலழகனுக்குத் தொலைபேசினான் மூர்த்தி.

"பரி, விடுதலை ஆகி வீட்டில் இருக்கிறேன். வரியா சாயங்காலம் பேசுவோம். வீட்டுல பைசா இல்லை. இருக்கிறதை யாரிடமாவது கொடுத்து அனுப்பு. அவசரம்"

அடுத்த அரை மணிக்குள் பரி, ஆட்டோவில் வந்து சேர்ந்தான். "இதுல ரெண்டாயிரம் இருக்கு. இப்போதைக்குச் செலவுக்கு வெச்சுக்கோ."

இருவரும் வெளியே கிளம்பிப் போய் காப்பி சாப்பிட்டுவிட்டு, காப்பியும் பலகாரமும் பார்சல் வாங்கிக்கொண்டு திரும்பினார்கள்.

குளித்து, ஒரு நூறு ரூபாயை மகாலட்சுமியிடம் வாங்கிக்கொண்டு பஸ் பிடித்து அலுவலகம் போனான் மூர்த்தி. அவன் மேஜை சுத்தமாக இருந்தது. மேஜையில ஏதோ ஓர் அறிக்கை இருந்தது. அதை மொழிபெயர்க்கச் சொன்னார் செயலர், தொலைபேசி வாயிலாக. அவன் குனிந்து வாசிக்கத் தொடங்கினான்.

சலசலப்பு கேட்டுத் தலை நிமிர்ந்தான் அவன். அரசர் வந்துகொண்டு இருந்தார். இவன் அருகில் வந்து நின்று, "என்ன மூர்த்தி, நல்லா இருக்கியா..." என்றார் அவன் தோளில் கை வைத்து.

"இருக்கண்ணே!"

"சரி, வேலையைப் பார்!" என்றபடி நகர்ந்தார் அரசர்.

திடுமென அவன் அறையைச் சுற்றிலும் வெறுமை கவிழ்ந்தாற்போல இருந்தது.

அறிக்கையை ஆழ்ந்து வாசிக்கத் தொடங்கினான்!

2012

பரமு மாமாவுக்கு

அன்பார்ந்த பரமு மாமாவுக்கு,

சுபா எழுதுவது. வணக்கம்.

நலமாக ஊர் போய்ச் சேர்ந்திருப்பீர்கள் என்று நம்புகிறேன். புறப்படும் அவசரத்தில், உங்கள் தோள் துண்டை அறையிலேயே போட்டுவிட்டுப் போய்விட்டீர்கள். அதனால் என்ன? அது இங் கேயே இருக்கட்டும். துண்டு, தொள்ளாயிரம் ரூபாய்ச் சமாச்சாரம் இல்லைதான். வழியில் தவறிப்போய்விட்டதோ என்று நீங்கள் நினைக்கக்கூடாதே என்பதற்காகத்தான் அதைக் குறிப்பிட்டேன்.

மாமா, கிராமத்தில் இருந்து பட்டணத்துக்கு வந்து பத்து நாட் கள் தங்கி இருந்துவிட்டுப் போயிருக்கிறீர்கள். எங்கள் வீட்டில், எங்களுடன் தாங்கள் இருந்த அந்தப் பத்து நாட்களும், அப்பா, அம்மா, நான் எல்லோரும் ரொம்பவும் சந்தோஷமாக இருந்தோம் என்பது சத்தியம். வெறும் உபசாரம் இல்லை. பட்டணத்துக்கு நீங்கள் வந்து சேர்ந்த அந்த முதல்நாள் காலை, உங்களுக்கு ஏற்பட்ட அந்தச் சின்னத் தொந்தரவு, உங்களை அதிகம் பாதித்திருக்காது என்றே நம்புகிறேன். உங்கள் வழக்கப்படி அதிகாலை நாலு மணிக்கு விழிப்பு வந்துவிட்டது உங்களுக்கு. தெரு முனையில் இருக்கிற டீக்கடையில் டீ குடித்துவிட்டு, உங்கள் வழக்கப்படி காலாற நடந்து, ஊருக்கு வெளியே அடர்ந்து செழித்த எருக்கஞ் செடிகளுக்கு ஊடே, புதிதாக எழும்பிக்கொண்டிருக்கும் ஒரு வீட்டின் முன் உள்ள

மணல் குவியலில் அமர்ந்திருக்கிறீர்கள். சற்று நேரத்துக் கெல்லாம் இரண்டு போலீஸ்காரர்கள், உங்களைக் காவல் நிலையத் துக்கு அழைத்துச் சென்றிருக்கிறார்கள். நீங்கள் எவ்வளவு சொல்லி யும் உங்களை நம்ப அவர்கள் தயாராக இல்லை. அப்பா சேதியைக் கேள்விப்பட்டு, ஸ்டேஷனுக்கு வந்து நூறு ரூபாய் அழுது உங்களை மீட்டுக்கொண்டு வந்தார். வருகிறபோது, “இது என்ன மாமா, ஊர் இப்படிக் கெட்டுப் போச்சே?” என்றீர்களாம். உண்மைதான். பட்ட ணம் கெட்டுப்போச்சுதான். ஆனால், கிராமங்களில் என்ன வாழ்கிறது? இதே கதைதானே?

இந்த முதல்நாள் அனுபவம், உங்களை மிகவும் பாதித்து விட் து. அது முதல் எல்லாவற்றையும் எல்லாரையும் அந்த மன நிலையோடடயே பார்க்கத் தொடங்கிவிட்டீர்கள். என்னையும் சேர்த்து...

கல்லூரிக்குப் புறப்பட்டேன். சொல்லிக்கொண்டு போக உங்கள் அறைக்கு வந்தேன். என் சல்வார் கமீஸ், உங்களுக்குப் பிடிக்கவில்லை என்பதை உங்கள் முகத்தைப் பார்த்ததுமே விளங் கிக்கொண்டேன். நான் போன பிறகு, அம்மாவிடம் சாப்பிடும்போது சொன்னீர்களாம்.

“இது என்ன கூத்துக்கு வேஷம் கட்டிக்கிட்ட மாதிரி.?” என்றீர்களாம். மாமா, இதுதான் இப்போது என்னைப்போலக் கல்லூரிக்குப் போகும் பெண்கள் பலரும் உடுத்திக்கொள்கிற உடை. இதில் ரொம்ப சௌகரியம் இருக்கிறது. நாங்கள் பெரும்பாலும் பஸ்ஸில் போகிறோம். மேலே கம்பியைப் பிடித்துக்கொண்டு நிற் கிறோம். அதுபோன்ற நேரத்துக்கு, இது ரொம்ப சௌகரியம். உங்களுக்குத் தெரியுமா, உடம்பு கொஞ்சமும் வெளியே தெரியாத உடை இதுதான். ஆனால், மாமா, அப்படியே தெரிந்தால்தான் என்ன? என்ன பெரிசா குடி முழுகிவிடும்? அதோடு, ஆம்பிளையாக இருப்பவர்கள் எல்லோருமே, இப்படிக் கண்ணால் மேய் கிறவர்கள் என்று ஒட்டுமொத்தமாகச் சொல்ல முடியுமா? சொன் னால், அது நியாயமாக இருக்குமா? கிராமத்தில் எத்தனை பேர், ரவிக்கை இல்லாமல், இருந்தாலும் சரியாகப் போர்த்திக் கொள்ளாமல் இருக்கிறார்கள்? அந்தப் பெண்கள் எல்லாம், திறந்து காட்டு கிறார்கள் என்று சொல்ல முடியுமா? பெண்களை, இப்படி உடம் பையும் உடையையும் வைத்து மதிப்பிட முடியுமா?

ஒருநாள், சதீஷ் என்னைத் தேடி வீட்டுக்கே வந்தான். சதீஷ் என்னுடன் கல்லூரியில் படிக்கிறவன். அவனை அழைத்துக்கொண்டு உங்கள் அறைக்கே வந்து உங்களை அவனுக்கு அறிமுகம் செய்து வைத்தேன். நினைவு இருக்கிறது அல்லவா? பிறகு, உங்களைப் பேசிக்கொண்டிருங்கள் என்று சொல்லிவிட்டு, காப்பிகொண்டுவர உள்ளே போனேன். மாமா, சதீஷ் உங்களிடம் பொது வாகப் பேசியிருக்கிறான். அவனுடன் நீங்கள் பேசவே இல்லை யாமே ! ஏன்? உங்களுக்கு அவனுடைய ஜீன்ஸ் பேண்ட்டும் சட்டை யும் சுபாவமும், ஒருவிதமான தாழ்வு மனப்பான்மையை ஏற்படுத்தி இருக்கும் என்று நினைக்கிறேன். ஆனால், அப்படி ஏற்பட எந்த விதமான முகாந்திரமும் இல்லையே மாமா, தமிழ்நாட்டுப் பொது ஆடை வேட்டியும் சட்டையும்தானே? உண்மையில் வேட்டிக்கு அன்னியமாக பேண்ட் போடுகிறவன்தானே தாழ்வு மனப் பான்மையை அடைய வேண்டும்?

காப்பி சாப்பிட்டோம். அதன்பிறகு, அவனுடன் வெளியே கிளம்பினேன்.

“எங்கே?” என்று கேட்டீர்கள். “சும்மா வாக்கிங். நீங்களும் வரலாமே” என்றேன்.

ஆனால், நீங்கள் வரவில்லை. நாங்கள் மட்டும் புறப்பட்டோம். கான்டீனில் அமர்ந்தோம். அவனுக்குச் சொந்தப் பிரச்சனை ஒன்று இருந்தது. உண்மையில் மாமா, அவனுக்கும், எங்களுடன் பயிலும் ஒருத்திக்கும் காதல் இருக்கிறது. அந்தப் பெண்ணின் வீட்டில் அவனை அவமானப்படுத்தத் திட்டம் போடுகிறார்களாம். என்ன செய்வது என்று கேட்கத்தான் என்னிடம் வந்தான். மாமா, இதன் பேர்தான் சினேகம் அல்லவா? “காதலித்தவளை எப்படியும் மனைவியாக்கிக் கொள். எத்தனை துன்பம் வந்தாலும் அவளை இழக்காமல் இருப்பதுதான் உன் காதலுக்கு அர்த்தம்” என்று சொல்லிவிட்டு வீட்டுக்குத் திரும்பினேன். நீங்கள் சினிமாவுக்குப் போயிருந்தீர்கள்.

“யார் இந்தப் பையன்?” என்று சதீஷ் பற்றி அம்மாவிடம் துருவித் துருவிக் கேட்டீர்களாம். மாமா, அவன் என் சினேகிதன் மட்டும். ஆணும் ஆணும் சினேகித்தால், அது இயல்பாக இருக் கிறது. பெண்ணும் பெண்ணும் என்றாலும் அதுவும் இயல்பாக இருக்கிறது. ஆனால், ஆணும் பெண்ணும் சினேகித்தால் மட்டும்

ஏன் பிரச்சனையாக இருக்கிறது? ஆணும் பெண்ணும் சினேகித் தால், "அது" நடந்துவிடும் என்று நினைக்கிறீர்களா மாமா? அப்படி யெல்லாம் இல்லை.

ஆணும் பெண்ணும் படிக்கும் இந்தக் கல்லூரிக்கு வருவதற்கு முன்பு, எனக்குள் ஆண்களைப் பற்றி இருந்த கற்பனைகள் எல்லாம் எவ்வளவு பொய் என்பதைப் பின்னால்தான் மாமா புரிந்துகொண் டேன். ஆணையும் பெண்ணையும் பிரித்து வைத்தே பழக்குவதால், பரஸ்பரம் ஒருவருக்கு ஒருவர் கவர்ச்சியும் ஈடுபாடும் ஏற்படுகிறது என்பதுதானே உண்மை. சேர்ந்து பழக ஆரம்பிக்கும்போது, அந்தத் திரை எல்லாம் அகன்று, எவ்வளவு இயல்பாகிவிடுகிறது தெரியுமா? இப்படிப் பழகிய காரணத்தால், ஆண் என்றதும், பெண்களுக்கு ஏற்படும் பரபரப்பு எனக்கு இல்லை. எந்த ஆணிடமும், அவன் கண்களைப் பார்த்துப் பேச முடியும் என்னால், மாமா, ஒரு உண் மையைச் சொல்கிறேன். ஆண்களுடன் பழக நிறைய வாய்ப்பும் வசதியும் அதிகம் இருக்கிற பெண்கள், பெரும்பாலும் தவறிப் போய் விடுவதில்லை.

இதுவரை அம்மாவிடமும் சொல்லாத ஒரு உண்மையை உங்களிடம் சொல்கிறேன். போன ஆண்டு என் கல்லூரி சினேகிதன் பாபு என்பது அவன் பெயர் எனக்கு மிகவும் பிடித்த சினேகிதன் அவன். அவனுடன் ஒருநாள் கடற்கரைக்குச் சென்றிருந்தேன். விஷயம் செயற்கைக்கோள், கிளின்டன் எல்லாம் தொடங்கி, கடைசி யாக இயற்கையான ஒரு பிரச்சனையில் முடிந்தது. அதாவது, அவன் என்னைக் காதலிப்பதாகச் சொன்னான். நான் அதிரவில்லை. சத்தம் போடவில்லை. காமுகா, சண்டாளா, அயோக்கியா என்று சத்தம் போட்டு ஊரைக் கூட்டி, என்னையும் அவனையும் அசிங்கப்படுத்திக் கொள்ளவில்லை.

அவன் கண்களைப் பார்த்துச் சொன்னேன்.

"நீ என்னைக் காதலிப்பது பற்றிச் சொன்னதுக்கு நன்றி. ஆனால், அந்த உணர்வோடு நான் உன்னிடம் பழகவில்லை. எனக்கு உன்மேல் காதல் இல்லை. ஆகவே இனியும் அந்தவகைச் சிந்தனையை வளர்த்துக்கொள்ளாதே என்று சொன்னேன். அவன் நேர்கோட்டுக்குத் திரும்பினான்.

ஆகவே மாமா, நான் மனிதர்களைப் புரிந்துகொண்டிருக் கிறேன்.

நீங்கள், இங்கிருந்த ஐந்தாம் நாள், இரவு மிகவும் தாமதமாக வீடு திரும்பினேன். சினிமாவுக்குப் போயிருந்தேன். இந்தக் கடற் கரை நிகழ்ச்சிக்குப் பிறகு பாபு சரியாகிவிட்டான் என்று சொன் னேன் அல்லவா? அன்று, என்னைத் தன் தங்கையோடு வந்து பார்த்தான். எனக்கும் சேர்த்து சினிமாவுக்கு டிக்கெட் வாங்கி யிருந்தான். மறுத்தால், நேற்று நான் அவன் காதலைப் பற்றிப் பேசினதுக்கு எதிராக, வர மறுக்கிறேன் என்று நினைத்துக் கொள்ளக்கூடும் அல்லவா? ஆகவே நானும் சினிமாவுக்குப் போனேன். அவன் தங்கை இல்லையென்றாலும் போயிருப்பேன். எனக்கு நான்தான் பாதுகாப்பே தவிர மற்றவர் யாரும் இல்லை.

இரவு ஒரு மணிக்கு நான் வீடு சேர்ந்தது, உங்களை மிகவும் பாதித்திருக்கும் என்பது, அம்மாவிடம் நீங்கள் பேசியதுகொண்டு உணர்ந்துகொள்ள முடிந்தது.

"இதுதான், நீங்கள் பெண்ணை வளர்க்கிற லட்சணமா?" என்று கேட்டீர்களாம். வேறு எப்படி வளர்ப்பது என்று நீங்கள் சொல்ல முடியுமா? இரவில் ஒரு ஆணுடன் சுற்றித்தான் நான் கெட்டுப் போக வேண்டுமா? அதைக் கல்லூரிக்குப் போகும் வழியில் நான் நிறைவேற்றிக்கொள்ள முடியாதா? தயவு செய்து யோசியுங்கள்!

மாமா! தங்களுடன் சில மாலை வேளைகளில் நான் பேசி னேன். பெண் சம்பாதிக்க வெளியே போவது உங்களுக்குப் பிடிப் பதில்லை என்று சொன்னீர்கள். சம்பாதிப்பது என்பது உப்பு, புளி, மிளகாய், மிக்ஸி, டி.வி.க்காக மட்டும் இல்லையே! சமூகத்தில் நான் ஒரு அங்கம் என்ற முறையில், என் பங்களிப்பில் ஏதாவது இருக்க வேண்டும் என்கிற காரணத்தால்தான், நான் வேலைக்குப் போக வேண்டும் என்கிறேன். எனக்கு முதலில் வேலையும், நிலைத்த வரு மானமும், அப்புறம்தான் குடும்ப வாழ்க்கையும் என்று கருதுகிறேன். கிராமத்துப் பெண்கள் வேலைக்குச் செல்வது தவறு இல்லை என்றால், நகரத்துப் பெண்களுக்கும் அது பொருந்தும்தானே?

மாமா, கிராமத்து வாழ்க்கைமுறையும், பட்டணத்து வாழ்க்கை முறையும் வேறு வேறாக இருக்கிறது. ஒவ்வொன்றுக்கும் அது அதற்கே உரிய பலம், பலவீனம் உண்டு. இங்கு பெண்கள் பதுமை களாக, நகை ஸ்டாண்டுகளாக, வீட்டை விட்டு வெளியே போகாத வளாக இருக்க முடியாது. பெண்கள் எங்கேயும் இப்படி

பிரபஞ்சன் | 97

இருக்கவும்கூடாது. அதுதான் பெண்களுக்கு இழிவு. சமைத்துப் போடவும் பிள்ளை பெறவும் மட்டுமே இந்த ஜென்மம் இருக்க முடியாது. உண்மையில் பெண்களுக்கு இதுதான் இழிவு. உலக வாழ்க்கை என்பது, ஆணுக்கும் பெண்ணுக்கும் பொது.

ஆகவே, நாகரிகம் இழிவு இல்லை. வேலைக்குப் போவது, ஆண் நண்பர்களை வைத்துக்கொள்வது, படிப்பது எதுவுமே இழிவு இல்லை. இந்த வாழ்க்கையில் இருக்கிற பெண்கள் எல்லோரும் கெட்டவர்கள் என்று நினைப்பதே தவறும் இழிவும் ஆகும்.

மாமா, சின்னஞ்சிறு வயதில், காவிரிக்கரை ஓரம் பூவரசு இலை பறித்து ஊதல் செய்து கொடுத்த அந்த மாமா, எனக்காகக் காடு மேடெல்லாம் சுற்றி, சப்பாத்திப் பூக்களையும், தாழம்பூவையும் சேகரித்துத் தந்த அன்புள்ளம்கொண்ட மாமா வேண்டும். என்னை சினேகிக்கிற, என்னை ஒருபோதும் சந்தேகிக்காத, என்னை முழுமை யாகப் புரிந்துகொள்கிற மாமாவே எனக்கு வேண்டும்.

உங்கள் துண்டைத் துவைத்து, இஸ்திரி போட்டு என் பெட்டிக் குள் வைத்துக்கொண்டிருக்கிறேன்.

அப்புறம், உங்கள் முடிவு.

மிகவும் அன்புடனும் நேசத்துடனும்.

சுபா

2012

பிந்து

1

பிந்து மரத்தடியில் போட்டிருந்த கள்ளிப் பெட்டியின் மேல் அமர்ந்து படித்துக்கொண்டிருந்தாள்.

அப்பா காய்கறிகளைத் தண்ணீரில் கழுவிக் களைந்து, தட்டு களில் போட்டுக்கொண்டிருந்தார். அருகே அம்மா. கீரைகளைக் கட்டுக் கட்டாகக் கட்டிக்கொண்டிருந்தாள். அம்மா கேட்டாள்.

"சுந்தரி, வெறும் சொத்தையா இருக்கே. எறிஞ் சுடலாமா?"

"மூடிக்கிட்டு இரு. உன் அப்பன் கொடுத்த சீதனம் இல்லை" என்றார் அப்பா.

பிந்துவுக்கு எரிச்சலாக இருந்தது. இந்த அப்பா எப்பவுமே இப்படித்தான். அப்பா சிரித்தே அவள் பார்த்ததில்லையே.

அம்மா வேலையை முடித்துக் கிளம்பினாள். "வரியாடி?"

"நீ போ. படிக்கிறவளை என்னத்துக்கு எழுப்பறே?"

வியாபாரம் தொடங்கிற்று. எடை போடுவதும், பேரம் பேசு வதுமாக இருந்தார் அப்பா. "நல்ல கத்தரிக்காயா?" என்றாள் ஆடிட்டர் சம்ஸாரம். ஏமாறு வதற்கு என்றே ஜனித்த பிறப்பு, அந்த அம்மாள். ஸ்பஷ்டமாக முகத்தில் எழுதி இருந்தது,

களை. "பிஞ்சு. காம்பிலே நீர் கசியுது பாருங்க மாமி. எவ்வளவு போடட்டும்?" அப்பா, மாமியைப் பேசவிடாமல், காயைத் தொடவிடாமலும், அரைக் கிலோவைப் போட்டார்.

அந்த மாமி போய்ச் சேர்ந்தாள். போகும் வரைக்கும் அவளையே பார்த்துக்கொண்டிருந்தாள் பிந்து. மனம் பாடத்தில் லயிக்கவில்லை. பாவை, வெண்டை, அவரை என்று எத்தனை இருக்கிறது. இந்த ஜனங்கள் ஏன் இப்படி ஏமாறுகிறது?

தூரத்தில் தமிழ் மிஸ் வந்துகொண்டிருந்தாள். பிந்து எழுந்து நின்றுகொண்டாள். மிஸ் இவளைப் பார்த்து, "படிக்கிறியாடி, படி, படி" என்றாள். "சரி மிஸ்" என்றாள் பிந்து.

தமிழ் மிஸ், தன் கண்ணாடியின் வழியாகக் காய்கறிகளை வலம் வந்தாள். அட கஷ்ட காலமே!

"கால் கத்தரி, கால் புடலை, தக்காளி, பச்சை மிளகாய். போடுங்க."

" மிஸ்... பாவைக்காய் நல்லா இருக்குங்களே."

"படிக்கிறவளுக்கு இங்கே என்னடி கண்ணு? செருப்பாலே அடிப்பேன்."

"விடுங்க கடைக்காரரே. நீங்க போடுங்க."

அழுகல் கத்தரிக்காயை வாங்கிப் போகும், தமிழ் மிஸ்ஸையே பார்த்துக்கொண்டு நின்றாள் பிந்து. அப்பா மேல் எரிச்சல் எரிச்சலாக இருந்தது.

விளையாட்டு பீரியட் மணி அடித்தது. பிந்து, ஆசிரியர்கள் அறைப் பக்கம் போய் எட்டிப் பார்த்தாள். தமிழ் மிஸ் நோட் திருத்திக்கொண்டிருந்தாள். நிழல் தெரிய, திரும்பிப் பார்த்தாள்.

"என்னடி பிந்து?"

"ஒன்றுமில்லை மிஸ்."

தமிழ் மிஸ் கண்ணாடியை எடுத்துவிட்டு வெறும் கண்களால்

இவளைப் பார்த்தாள்.

"சொல்லு."

பிந்து அழத் தொடங்கினாள். தேம்பித் தேம்பி அழுதாள். பதறிப் போய்க் கேட்டாள் மிஸ்.

"சொல்லுடி."

"அப்பா உங்களுக்குப் போயி அழுகல் கத்தரிக்காயைக் கொடுத்துட்டாங்களே."

மிஸ், பிந்துவை அணைத்துக்கொண்டாள். சற்று நேரம் பொறுத்துச் சொன்னாள்.

"வீட்டுக்குப் போனதும்தான் தெரிஞ்சது. நீ பாவைக்காய்னு சொன்னதும் புரிஞ்சுது. பரவாயில்லை. இதுக்காக அழலாமோ? நீ சொத்தையாகாமே இருக்கியே அதுபோதும். இப்படியே இரு."

பிந்துவுக்கு நிம்மதியாக இருந்தது.

2

அப்பா சொன்னது மிகவும் கவர்ச்சிகரமான அன்பளிப்புதான். எனினும், பிந்துவுக்கு அது வேண்டி இருக்கவில்லை. இந்த வருடம், வகுப்பிலேயே முதல் மதிப்பெண் வாங்கினால், அவளுக்கு சைக்கிள் சின்னக் கன்றுக்குட்டி மாதிரியான சைக்கிள் பரிசு என்றார் அப்பா.

சைக்கிள் என்று சொன்னதும் துள்ளிக் குதிக்க வேண்டிய பிந்து, சும்மா நிற்பது, மோட்டுவளையைப் பார்த்துக்கொண்டு நிற்பது, அப்பாவுக்கும், ஏன், அம்மாவுக்கும்கூட ஆச்சரியம்.

"என்னடி பெரிய யோசனை?" என்று கேட்டாள் அம்மா சிரித்தபடி.

"எனக்கு சைக்கிள் வேணாம்" தலையை இப்படியும் அப்படியும் அசைத்தாள், எழுதிய வரியை ரப்பரைக்கொண்டு மேலும் கீழும் அழிப்பதுபோல. அப்பாவுக்குச் சிரிப்பு.

"வேற என்னடி வேணும்?"

"குதிரை. எனக்கு ஒரு குதிரை வேணும்."

அப்பாவும் அம்மாவும் இப்போது நிறைய சிரித்தார்கள். "குதிரையா?"

"ஆமாம். நிஜமான குதிரை. நாலு கால்லே ஓடற குதிரை. புல் தின்கிற குதிரை."

"அடே. குதிரையை வச்சிட்டு என்ன பண்ணுவே?"

"பீச்சுக்கு அழைச்சுட்டுப் போயி, குழந்தைகளை ஏத்திக்கிட்டு, சுத்தி வரப் பண்ணுவேன்."

அப்பா விழுந்து புரளாத குறையாகச் சிரித்தார்.

பிந்து பள்ளிக்கூடம் போகும் வழியில்தான், ஜானி வீடு இருந்தது. அந்த இடத்துக்குப் போனாலே, பச்சைப் புல் வாசனை வரும். வீட்டு வாசலில் குதிரை கட்டியிருக்கும். அது பெரிய கூந்தல் மாதிரி வாலைத் தொங்கவிட்டுக்கொண்டு புல் தின்னும். சமயங்களில் "ஹி, ஹி" என்று சிரிக்கும். எத்தனை அவசரமாக இருந்தாலும் பிந்து, அந்த இடத்தில் இரண்டு நிமிஷமாவது நிற்பாள். நின்று, குதிரையை விழுங்க வேண்டும் அவளுக்கு. சிவந்த, கொள்ளு நிறம் அதுக்கு. கொள்ளைத் தின்று பெற்ற நிறமா? குதிரை ஒரு ஆச்சரியம் என்றால், அதன் அருகில் நின்றுகொண்டு தடவிக் கொடுத்தபடி, வெகு அலட்சியமாக இவளைப் பார்க்கிற அந்தப் பையன், இன்னொரு ஆச்சரியம். ஹூம். குதிரை இல்லாத வீட்டில் பிறந்தோமே என்கிற வருத்தம் அவளுக்கு ஏற்பட்டது, சட்டென்று.

அன்று கணக்கு வகுப்பில் அந்த விந்தை நிகழ்ந்தது. கரும் பலகையில் இருந்த கணக்குக்கு, அவர்கள் விடை கண்டுபிடிக்கப் போராடிக்கொண்டிருந்தார்கள். அப்போது ஜானி வகுப்பில் நுழைந்தான். ஐயோ. அதே குதிரைக்காரப் பையன்தான். குதிரையின் பக்கத்தில் தைரியமாக நிற்கிறவன். கடற்கரையில் மாலை வேளைகளில், குழந்தைகளை ஏற்றிக்கொண்டு திரிகிறவன். அவன் அவள் படிக்கிற பள்ளிக்கூடத்தில், அவள் படிக்கிற அதே வகுப்பில் சேர்கிறதாவது?

அதிர்ஷ்டம்தான். கணக்கு வாத்தியார், ஜானியுடன் வந்த பெரியவரிடம் இருந்த சீட்டை வாங்கிப் பார்த்தார்.

"பாய்... நல்ல காரியம் பண்ணினிங்க. படிக்கிற பையனைக் குதிரை மேய்க்க விட்டீங்களேன்னு, எனக்கு ரொம்ப வருத்தம். இப்பவாவது வந்து சேர்ந்தீங்களே."

கணக்கு சார் அந்தப் பையனை, பிந்துவுக்கு நேர் அடுத்த பெஞ்சில் வலப்புறமாக அமரவைத்தார்.

"போர்டுல இருக்கிற கணக்கை எழுதிக்கடா ஜானி" என்றார் சார்.

ஓரக் கண்ணால் பிந்து, அவனைப் பார்த்துக்கொண்டிருந்தாள். அவன் மஞ்சள் பையிலிருந்து ஒரு நோட்டை எடுத்து, பிறகு பென்சிலை எடுத்தான். அது சீவாத புத்தம் புதுப் பென்சில்.

அவள் தன் பென்சிலை எடுத்து, அவன் பக்கம் நீட்டினாள். ஜானி திரும்பிப் பார்த்தான். பென்சிலை வாங்கிக்கொண்டான். லேசாகச் சிரிப்பதுபோல இருந்தது. பிந்து பெருமையுடன், மல்லிகா வின் பக்கம் பார்த்தாள். மல்லிகா ரொம்பவும் ராங்கிக்காரி. அதோடு ஹெட் வெயிட். புத்தம் புதுச் சுடிதார், பாவாடை, தினம் ஒரு கார். எல்லா சாரிடமும் டியூஷன். அதனால், அவளது கர்வம் நிரம்பி வழிந்தது. தானும் ஜானியும் சினேகமாகிவிட்டது மல்லிகா வுக்குப் பொறாமையை ஏற்படுத்தும் என்பதை நினைக்கும்போதே பிந்துவுக்கு சந்தோஷம். மல்லிகா இவள் பார்ப்பதைக் கண்டு, இரட்டைச் சடையில், இடச் சடையை வலப்பக்கம் போட்டுக்கொண்டு, வேண்டுமென்றே எங்கோ பார்த்தாள். மல்லிகா, கில்லிகா, சில்லிகா.

பள்ளிக்கூடம் விட்டு ஜானியுடன் திரும்பினாள் பிந்து. வீடு வந்தவுடன், குதிரையைத் தடவிப் பார்க்க வேண்டும் என்று ஆசைப் பட்டாள். அதை அவனிடம் சொன்னாள். வீடு நெருங்கியதும் ஜானி, பிந்துவை, குதிரையின் அருகில் நிறுத்தினான். புல் வாசனை, குதிரையின் வாசனை இரண்டுமே அவளுக்குப் பிடித்தது.

பிந்து மேசையைத் திறந்து, தீப்பெட்டியை எடுத்தாள். பெரிய சைஸ் தீப்பெட்டி. அதில் பொன்வண்டு. வர்ணம் பூசிக்கொண்ட வண்டு. "என்னம்மா சாப்டியா?" என்று அதனிடம் கேட்டாள். அது பதில் சொல்லியிருக்க வேண்டும். பிந்துவுக்கு அதன் பாஷை தெரியும். அவள் போட்ட சோற்றுப் பருக்கை பாதியாக இருந்தது. அப்பா குதிரை வாங்கிக்கொடுத்த பிறகு, பொன்வண்டுக்கு விடுதலை கொடுத்துவிடுவது என்று இருந்தாள் அவள். அம்மா காப்பிகொண்டு வந்து மேசை மேல் வைத்தாள். "இந்த வண்டைக் கட்டிக்கிட்டு, என்னத்துக்கடி அந்தப் பாவம். விட்டுடுன்னு சொன்னா கேட்க மாட்டேங்கறே."

"அப்போ குதிரை வாங்கிக்கொடு. இதை ஜானிகிட்டே கொடுத்துடறேன்."

"வாங்கித் தர்றேன். குதிரை மேய்க்கிறது ஒன்றுதான் குறை. அசடு."

இருட்டிக்கொண்டு வந்தது.

“டீ... பிந்து, நாடார் கடைக்குப் போயி, நாலு முட்டை வாங்கிட்டு வாயேன்.”

பையை எடுத்துக்கொண்டு கிளம்பினாள் பிந்து. ஜானி வீட்டைக் கடந்துதான் நாடார் கடை. தூரத்தில் அவன் வீட்டில் ஒரு கார் நிற்பது தெரிந்தது. அருகில் போகும்போதுதான், குதிரைக்குப் பக்கத்தில் மல்லிகா, நிற்பது தெரிந்தது. ஜானியும் நின்றான். குதிரையின் மேல் கையைப் போட்டுக்கொண்டு பேசிக்கொண்டிருந்தாள் மல்லிகா.

“அம்மா முட்டை வாங்கிட்டு வரச் சொன்னாங்க” என்று தானாக ஜானியிடம் சொன்னாள் பிந்து.

ஏதோ, தெருவில் போகிறவர்கள் பேசுகிற பேச்சைப்போல, ஜானி அவளை அலட்சியப்படுத்திவிட்டு, மல்லிகாவிடம் ஏதோ தமாஷாகப் பேசிக்கொண்டிருந்தான். மல்லிகா இவளை இகழ்ச்சி யாகப் பார்ப்பதுபோல இருந்தது. அவள் ஓடத் தொடங்கினாள். மனசுக்குள் ஜானி, கீனி, கூனி என்று வைதுகொண்டாள்.

அன்று மாமாவும் மாமியும் வந்திருந்தார்கள். அம்மா, மாமாவிடம் சொன்னாள்.

“அண்ணா, கேட்டியா. பிந்து குதிரை வளர்க்கப் போறாளாம், குதிரை.”

“பேஷ்” என்றார் மாமா.

“ஏன் குதிரை? கழுதை வளர்க்கலாமே! வித்தியாசமா இருக்கும்.”

சிரிப்பு.

பிந்து முகம் சிவக்கச் சொன்னாள்.

“இல்லை மாமா. எனக்குக் குதிரையும் வேணாம். கழுதையும் வேணாம்.”

“என்னதாண்டி வேணும்?”

அவள் பதில் சொல்லாமல் மாடிக்கு ஓடி, மேசையைத் திறந்தாள். பொன்வண்டை எடுத்து மார்போடு அணைத்துக்கொண்டாள்.

3

பிந்துவும், அவளைப் பெண் பார்க்க வந்த சிபியும், சுமார் நாற்பத்தாறு நிமிஷங்கள் பேசினார்கள். அவர்கள் பேச்சின் சாராம்சம், புதுமையானது என்றாலும் வழமையானது என்றாலும் ஒன்றுதான்.

அது ஒரு வெள்ளிக்கிழமை மாலை. பறவைகள், மிருகங்கள் மற்றும் மனிதர்கள் தங்கள் கூடடையும் நேரமாக அது இருந்தது. ஒரு நீண்ட கோடை வெயிலுக்குப் பிறகு, அந்த மாலை சற்று மப்பும் மந்தாரமுமாக இருந்தது. காற்று, குளிர்ச்சியாக இனிமையாக இருந்தது.

இதுபோன்ற விசேஷங்களுக்கென்றே, இந்தியர்கள் உருவாக்கிக்கொண்ட கி.மு. பலகாரங்கள் பரிமாறப்பட்டன. பரிமாறும் சாக்கில் பிந்துவை, சிபி மற்றும் அவன் கூட்டத்தார்க்கு முன் விட்டனர். உண்டு முடித்தபின் சிபி, பெண்ணோடு தனிமையாகச் சில வார்த்தைகள் பேச வேண்டும் என்றான். மரபு வழியில் ஊறி உப்பிக்கிடந்த, அந்த ஆசாரமான குடும்பத்தில், அஸ்திவாரத்திலேயே வேட்டு வைக்கப்பட்டதுபோல வீடு கலகலத்தது. திடு மென, நவீன வாழ்க்கை முறை என்கிற சட்டையை அணிந்துகொண்டு, ஒரு வகையான தாசிச் சிரிப்பை உதிர்த்தபடி பிந்துவின் அப்பா சொன்னார்.

“பேஷா. அதுக்கென்ன? இப்போல்லாம் அப்படி பிள்ளைகள் கேள்க்கிறது சகஜம்தானே? நாங்கள் பஞ்சாங்கம் இல்லை... சார் வாள் பொண்ணோடு பேசலாம்.”

எங்கு மாப்பிள்ளைப் பையனையும் பெண்ணையும் உட்கார்த்தி வைப்பது? உக்கிராண உள், நிமிஷத்தில் ஒழிக்கப்பட்டது. எலிப் புழுக்கை, அறுந்து போன பிரா, கிழிந்த பாவாடை, விட்டெறிந்த கொண்டை உருண்டை, சுவர் முழுக்க ஸ்டிக்கர் பொட்டு கள் இத்தியாதி சம்பிரங்களுடன் இருந்த உள் ஒதுக்கித் தரப்பட்டது. எதிர் எதிராக இரு நாற்காலிகள்.

வானம் மப்பும் மந்தாரமுமாக இருந்தது. பிந்து, அம்மாவின் பட்டுப் புடைவையை (ஆகி வந்த பட்டாக்கும்!) உடுத்தி இருந்தாள். அவன் பேண்ட்டும் சிலாக்கும் அணிந்து, கால் மேல் கால் போட்டுக்கொண்டு அமர்ந்திருந்தான். நிமிஷத்துக்கொருமுறை, முகத்தைக்கைக்குட்டையில் துடைத்துக்கொண்டான்.

"மழை வரும் போல் இல்லை" என்றான் சிபி.

"உம்" என்றாள் பிந்து.

"ஆனாலும் மெட்ராஸ், ரொம்பவும் அழுக்கா மாறிடுச்சு. சகிக்கலை."

"மழை வந்தா சரியாயிடும்."

"எப்படி? மழை வந்தாவா?" "மெட்ராஸ் கழுவப்பட்டிடுமே."

"ஹி. ஹி..." என்று அவன் சிரித்தான்.

"உனக்கு என்ன "பேசிக்" பே?" என்றான் அவன் திடுமென்று. சுவாதீனமாக ஒருமையில் அவன் பேசியது அவளுக்குச் சுருக்கென்றது.

"உனக்கு... சாரி... உங்களுக்கு என்ன பே.?" என்றாள் பிந்து.

மேல் போட்டிருந்த காலைச் சரிப்படுத்திக்கொண்டு அவன் நிமிர்ந்து உட்கார்ந்துகொண்டான்.

"என்ன கேட்டீங்க? என் "பேர் தானே? எல்லாம் சேர்த்து ஆறாயிரம் வரும்."

"எனக்கு மொத்தமாகக்கூட ஐநூறு வரும்." அவன் அமைதியாக இருந்தான். மேலே பார்த்தான். தாடையைத் தேய்த்துக்கொண்டான். "கடைசியா என்ன சினிமா பார்த்தீங்க?"

"எனக்கு நேரம் கிடைக்கிறதில்லை."

"நான்... ரசிகன். அவர் படம்னா முதல் நாள் முதல் ஷோவில் பார்த்திடுவேன். ஆமாம். பெண்களுக்கு... மேலே "கிக்"குன்னு சொல்றாங்களே. உங்களுக்கு அவர் பிடிக்காதா?"

"எனக்கு யாரும் "கிக் இல்லை. எனக்கு இப்போ நடிக்கிற பல பேரோட பெயர்கூடத் தெரியாது."

"ஏன்? சினிமா பார்க்கக்கூடாதுன்னு சபதமா? ஞாயிற்றுக் கிழமையில போகலாமே?"

"எனக்கு செய்ய நிறைய வேலை இருக்கு. உருப்படியான வேலை."

"அப்படின்னா, சினிமா உருப்படியான வேலை இல்லையா?"

"நான் எனக்குச் சொல்லிக்கிட்டேன்."

அவன் அமைதியாக இருந்தான். வெளியே, வாசலில் காக்கை ஒன்று வந்து அமர்ந்துகொண்டு கர் கர் என்றது. அதை ஏனோ, சிபி ரசிக்க முடியவில்லை. முகம் தெரியாத அந்தக் காக்கையின் மேல் அவனுக்கு மிகவும் கோபம் வந்தது. அவன் சொன்னான்

"ஒரு முக்கியமான விஷயம். அதைச் சொல்லத்தான் உன்னை. உங்களைத் தனியாக அழைச்சேன். எனக்குக் கடலூரில் வேலை. மாற்றல் கிடைக்காது. நீங்கள் சென்னையில் உத்தியோகம் பார்க் கிறீர்கள்."

"சொல்லுங்கள்."

"திருமணம் ஆன பிறகும் நாம் பிரிந்திருக்க வேணுமா? என்ன பண்ணலாம்?"

"நீங்கள் கடலூரில் இருங்கள். நான் சென்னையில் இருக்கேன். என்ன, நாலு மணி நேரப் பயணம். வாரக் கடைசியில் நாம் சந்திக்கலாமே. நீங்கள் இங்கே வரலாம். நான் கடலூர் வருவேன்."
"அதன் பேர் கல்யாணமா?"

பிந்து யோசனையில் இருந்தாள். அவன் சொன்னான்,

"வேலைக்குப் போவது பணத்துக்காகத்தானே? என் சம்பாத் தியமும் சொத்தும் நாம் சௌகரியமாக வாழப்போதும்."

அவள் சொல்ல வேண்டி இருந்தது.

"வேலை, பணத்துக்காக மட்டும் இல்லை. சுயகௌரவத் துக்காக."

"அப்படின்னா? கணவன் அல்லது மனைவி இரண்டு பேரில் ஒருத்தர் சம்பாதித்தால் போதாதா உங்கள் கருத்துப்படி அதாவது நவீனப் பெண்கள் இப்போல்லாம் பேசறாங்களே.

அதன்படி பிந்து சிரித்தாள். அமைதியாகச் சொன்னாள். "நான் பெண் மட்டும்தான். நவீனம், பழசு எல்லாம் இல்லை. ரெண்டு பேரில் ஒருத்தர், யாரானும் இருக்கலாம் என்றுதான் அப்படிச் சொல்கிறார்கள். வாய்ப்பு இருந்தால் ரெண்டு பேரும் உழைக்கலாம். அதுதான் சரி. குடும்பத்துக்கு என் பங்கும் இருக்க வேண்டும். அதுக்குத்தான் வேலை."

அவன் புன்சிரிப்போடுதான் சொன்னான். "எனக்கும் பலரைத் தெரியும். வேலைக்குப் போகிற பெண்கள், குடும்பத்துக்குத்

தங்களை முழுசாகத் தருவதில்லை. அதனால் பிரச்சனைகள் வருது."

"எதுக்குத் தரணும். மனுஷ வாழ்க்கை, நிறைய தேவைகளை அடக்கி இருக்கு. எனக்குத் தெரிஞ்ச ஒரு டான்சர் கல்யாணம் பண்ணிக்கலை. ஒரு பேராசிரியை குடும்பம் தனக்குப் பொருந் தலைன்னு விவாகரத்து வாங்கிட்டாங்க. குடும்பம் தவிர்க்க முடி யாத ஒரு அமைப்பா இருக்கு. முடிஞ்சவர்கள் தவிர்த்துக்கிறாங்க. இதெல்லாம், மனம் சார்ந்த விஷயம் இல்லீங்களா? பலாத்காரம் பண்ணி குடும்பத்துக்குள்ளே ஆணையோ பெண்ணையோ தள்ள முடியுங்களா?"

காக்கை, இப்போது பறந்துவிட்டிருந்தது போலும். அதன் சப்தம் இல்லை என்றாலும், ஏதோ ஒன்று, அங்கே அவர்களுக்கு மத்தியில் அமர்ந்துகொண்டு கத்துவதாக அவன் உணர்ந்தான்.

"பிந்து. நான் சின்ன வயசில் இருந்தே ஹாஸ்டல்லே படிச்சு வளர்ந்தவன். படிச்சு, வேலை கிடைச்ச பிறகும், தனியாத்தான் இருக்கேன். கல்யாணத்துக்குப் பிறகும், நான் தனிமையில் இருக்கணு மான்னு யோசிக்கிறேன். அதோடு, ஹோட்டல் சாப்பாடு என் வயித்துக்கு ஒத்துக்கலை."

பிந்துவுக்கு இப்போதும் சிரிப்பு வந்தது.

"உங்க தனிமையைப் புரிஞ்சுக்க முடியுது. ஆனாலும், என் வேலை, மாற்றலுக்கு உட்பட்டது இல்லை, நான் விரும்பினாலும். உங்க தனிமையை மனைவி மூலம்தான் போக்கிக்க முடியும்னு நினைக்கிறது சரியா? அதோடு, எதுவரைக்கும், எந்த தூரம் மட்டும், ஒருத்தருக்கு ஒருத்தர் துணையாக வர முடியும்? நாம் தனிதானே? தனியாத்தானே வந்தோம்? ஹோட்டல் விஷயம் நீங்களே சமைக்கக் கத்துக்கிட்டு இருக்கலாம். அல்லது, உதவிக்கு யாரை யாவது வச்சுக்கிட்டிருக்கலாம்."

அவன் தன் விரல் நகங்களைப் பார்த்துக்கொண்டிருந்தான். பத்து விரல்கள். ஆகவே பத்து நகங்கள். அவன் கெஞ்சுவதுபோலச் சொன்னான்.

"இதுக்கு என்ன வழி? கல்யாணத்துக்குப் பிறகும், நாம் பிரிஞ் சிருக்கிறது சரின்னு எனக்குப் படலை."

"நீங்களே அதுக்கு வழி சொல்லுங்களேன்."

"நீங்க ஏன் உங்க வேலையை ராஜினாமா செய்யக்கூடாது?"

பிந்து சிரித்தாள்.

"அது முடியாது."

"ஏன்?"

"அந்த வேலை எனக்குப் பிடிச்சிருக்கு. அதுல, நிறைய சவால் இருக்கு. என் திறமையை வெளிப்படுத்தற வாய்ப்பு நிறைய இருக்கு. எனக்கு இந்த ஊரும் பிடிச்சிருக்கு. என் நண்பர்கள் ரொம்ப அருமையானவர்கள்."

"கணவனைவிடவும் ஒரு பெண்ணுக்கு பெரிசு இருக்கா என்ன?"

ஒரு சத்தம் எழுந்ததை, பிந்து கேட்டாள். தேரின் சத்தம். சங்க காலத் தலைவன், வீடு திரும்பும் தேரின் மணி அசையும் சப்தம்.

பிந்து சொன்னாள்.

"ஒரு பெண்ணுக்குக் கணவன் பெரிசுதான். குடும்பம் பெரிசுதான். எல்லாத்தையும்விட, அவள்தான் அவளுக்கே பெரிசு. தன்னை அழிச்சுக்கிட்டு, அவள் பெறுவதற்கு வேறு எதுவும் இல்லை."

சிபி சொன்னான்.

"இப்படியே பேசிக்கிட்டு இருங்க. அடுத்த நூற்றாண்டுல பெண்கள், தடி தடியா தனியாத்தான் இருப்பீங்க."

சிபிக்குத் தாடி நீண்டது. இடக்கையில் கிண்ணியும், வலக்கையைத் தூக்கிச் சாபம் கொடுக்கிற விசுவாமித்திரன் மாதிரியும் அவன் தெரிந்தான்.

பிந்து சிரிக்க வேண்டி இருந்தது.

2013

மழை

வசுமதி நாற்சந்தியில் நின்றுகொண்டிருந்தாள்.

வாகனங்கள் அசுரகதியில் குறுக்கும் நெடுக்குமாக ஓடிக்கொண்டிருந்தன. பாதையைக் கடக்கும் சமிக்ஞை வருமளவும் அவள் காத்திருக்க வேண்டும். விரைந்து ஓடும் அந்த வாகனங்களையும், அவற்றைச் செலுத்திப் போகும் ஆண்களையும், அவர்களுக்குப் பின் சீட்டில் சொகுசாகச் சாய்ந்துகொண்டுபோகும் பெண்களையும் பார்த்துக்கொண்டு நிற்கையில் அவளுக்குப் பளிச்சென ஒரு சிந்தனை தோன்றியது.

ஆண்கள் எதையும் இயக்குபவர்கள்! அதாவது இயக்குவதாக, அதாவது பெண்கள் செய்ய முடியாத காரியங்களைச் செய்பவர்களாகக் காட்டிக்கொள்பவர்கள். அவர்களே குடிமக்களில் முதல். பெண்கள் இரண்டாம்பட்சம் ஆனவர்கள். ஆண்களைச் சார்ந்து வாழ்பவர்கள். ஆண்கள் இயந்திரமயமான இந்த யுகத்தை இயக்க, பின் சீட்டில் எந்தச் சிரமமும் இன்றிப் போகும் இந்தப் பெண்களுக்கு ஆண்கள் தரும் இந்தச் சௌகரியம் ஒரு போனஸ்.

அவளுக்கு அந்தப் பெண்களைப் பார்த்து உரக்கக் கத்த வேண்டும்போல இருந்தது. "போனஸ் இனாம் அல்ல! இனாம் வாங்கி மகிழ்ந்து போகாதீர்கள். அது, லாபத்தில் பங்கு. உங்களுக்கு ஆண்கள் தரும் சௌகரியம். உங்களை மடக்கிப்போட்டு, செயலற்றவர்களாக்க ஆண்கள் செய்யும் சதி, குயுக்தி. அவர்களை நம்பிவிடாதீர்கள்.

நல்லவேளை! அவள் கத்திவிடவில்லை. தான் பொது இடத்தில் இருக்கிற பிரக்ஞை அவளுக்கு இன்னும் இருந்தது. பாதையைக் குறுக்காகக் கடக்கையில் அந்தச் சிந்தனை இழையையே அவள் தொடர்ந்து பின்னிக்கொண்டிருந்தாள். இது ஆண்களின் உலகம். எங்கு பார்த்தாலும் ஆண்கள். ஒல்லியாக, குண்டாக, முன் வழுக்கையாக, முடி அடர்ந்த, பேண்ட் அணிந்த, வேஷ்டி அணிந்த, ஆண்களின் உலகம். பெண்கள் வெளியே வருவதும் குறைவு. வந்தாலும் ஆண்களுக்குப் பிறகே, ஆண்கள் துணையுடன் அவர்கள் போஷிப்போடு வருபவர்கள்.

மியூசிக் அகாடமியையும், சோழா ஓட்டலையும் கடந்து ஒரு பெண்கள் கல்லூரியை அவள் கடக்கையில் அவள் கண்ணுக்கு அந்தக் காட்சி தட்டுப்பட்டது. பெண்கள் பலர் ஸ்கூட்டரில், டி.வி.எஸ். 50இல், மொபெட்டில் பயணம் செய்தார்கள். அக்காட்சி அவளுக்குத் திருப்தி தந்தது. ஓ! பெண்கள் தனித்துப் பயணம் செய்கிறார்கள். ஆண்களின் துணையை, ரட்சிப்பை அவர்கள் புறக்கணிக்கிறார்கள்.

"கடைகண்ணிக்குக்கூட வாயேன், பள்ளிக்கூடம் போக வேணும், துணைக்கு வாயேன். கடைத் தெருவுக்குப் போய் மையும் பவுடரும் பிளவுஸ்பீசும் வாங்கவேண்டும், பாதுகாப்புக்கு வாயேன்." என்று வீட்டு ஆண்களைக் கெஞ்சும் கட்டாயத்திலிருந்து அவர்கள் விடுதலை அடைந்துவிட்டார்கள்.

ஆனாலும் அது போதாது! பெண்கள் இயந்திரம் இயக்க ஆண்கள் பின்னால் உட்கார்ந்து போகும் காலம் வரவேண்டும்.

ஆடிக் காற்றடித்து அவள் தலைமுடியைக் கலைத்தது. இடுப்பு வரை நீண்டிருந்த கூந்தலை வெட்டி பாப் செய்துகொண்டிருந்தாள். இடுப்பு வரை நீளும் கூந்தல் அவளுக்கு பெண் அடிமையின் சின்னம். அப்படிப்பட்ட கூந்தல் வளர்ச்சியைப் பெண்கள் விரும்பு கிறார்கள். அவர்களினின்றும் அவள் மாறுபட்டவள். ஆகவே அதை வெட்டிப் பலி கொடுத்துவிட்டாள்.

நெற்றியில் முடி பறந்து விழுந்து அவள் பார்வையை மறைத் தது. அதைத் தள்ளி மேலேற்றிக்கொள்ள அவள் விரும்பவில்லை.

திடுமென அவள் மனதில் சந்தோஷம் நிலைகொண்டது. நெற்றியில் வந்து விழும் தலைமுடியை ஒழுங்கு செய்துகொள்வதும், முகத்தைக் கோரமின்றி வைத்துக்கொள்வதும் என்னத்துக்கு?

ஆண்கள் விரும்ப வேண்டும் என்பதற்காகத்தானே? எந்த வண்டும் என்னை விரும்ப வேண்டாம். நான் மலரல்ல. பெண்.

கை, கால், கழுத்து முதலான பல இடங்களிலும் காலம் கால மாய்க் கட்டப்பட்டிருக்கும், கண்ணுக்குத் தெரியாத மாயக் கட்டுக் களை அறுத்தெறிந்துவிட்ட விடுதலை வீராங்கனை அவள். இந்தப் புதிய மன விடுதலையின் வெளிப்பாடாக, தோளில் மாட்டியிருந்த பையைக்கையில் பிடித்துக்கொண்டும், அதைக் சுழற்றிக்கொண்டும் நடந்தாள்.

அவள் கட்டுகள் அற்றவள். அம்மா ஒருத்தி, இன்னும் வெள்ளிக்கிழமை விரதம் இருந்துகொண்டு வாழ்ந்துகொண்டிருக் கிறாள். அம்மாவின் குடும்பச் செலவுக்கு அவள் பணம் கொடுத்து விடுகிறாள்.

ஒரு முன்னணிப் பெண்கள் விடுதியில் அவள் சௌகரியமாக வாழ்ந்துகொண்டிருக்கிறாள். அவளுக்கு அவளே எஜமானி!

ஒரு பொறியாளராக அவள் இருக்கிறாள். நிறைய சம்பாதிக் கிறாள். இஷ்டம் போல் செலவு செய்கிறாள். யாருக்கும் அவள் அடிமை இல்லை. எந்த ஆணுக்கும், கணவன் என்ற பெயரில் எவனுக்கும், எல்லாப் பெண்களையும்போல அவள் அடிமைப்பட முடியாது. அவன் ஷேவ் செய்துகொள்ள வெந்நீர்கொண்டு வைக்க அவளால் ஆகாது. அவன் ருசி அறிந்து சமைத்துப்போட அவளால் முடியாது. அவன் விரும்பும்போது அவனுடன் இணைந்து அவன் குழந்தைகளைச் சுமந்து உடம்புச் சுமைதாங்கியாக முடியாது.

ஒரு பஸ் நிறுத்தத்தை அவள் கடக்கும்போது, நிழல் குடைக்குக் கீழே நின்றிருந்த யாரோ ஒருவன் சிகரெட்டைப் பற்ற வைத்துப் புகையை விட்டான். அது அவள் முகத்தைத் தழுவிச் சென்றது. அவளுக்குள் எரிச்சல் மூண்டது. அவனையும் அவன் சார்ந்தி ருக்கும் ஆண் இனத்தையும் அவள் வெறுக்க அது மட்டுமே காரண மாய் இருந்தது.

"நான் ஆண்களை வெறுக்கிறேன். எல்லோரையும் ஸ்ரீநாத் தையும் சேர்த்து." என்று தனக்குள் சொல்லிக்கொண்டாள்.

ஸ்ரீநாத் என்ன பாவம் செய்தான்?

ஒரு பாவமும் செய்யவில்லை! அவன் ஆணாகப் பிறந்து விட்டான். அது ஒன்றினால்தான், அவள், அவனை வெறுக்க நேரிட்டது.

ஸ்ரீநாத் மோட்டார்கள் செய்யும் பெரிய நிறுவனத்தில் பெரிய பொறுப்பில் இருந்தான். மோட்டார்கள் விற்பனைப் பொறுப்பில் அவளும், இயந்திரங்கள் இணைக்கும் பகுதியில் அவனும் இருந்தார்கள். அந்த அந்த இலாகாவுக்குக் கலாச்சாரப் பிரிவு என்று ஒரு அமைப்பு இருந்தது. அந்தப் பிரிவில் அவர்கள் பொறுப்பு வகித்தார்கள். சென்ற ஆண்டு ஆகஸ்ட் பதினைந்து கொடியேற்றத்தின்போது அவர்கள் சந்தித்தார்கள். சிவப்பா, பச்சையா, எது மேலே இருக்க வேண்டும் என்று தடுமாறிய தேவநாதனுக்கு, கொடியின் மேல்பகுதி சிவப்புதான் வர வேண்டும் என்று வசுமதி விளக்கிக்கொண்டிருந்தபோதுதான் ஸ்ரீநாத் அவளிடம் முதல் முதலில் பேச நேர்ந்தது.

"எந்தப் பக்கம் மேலே பறந்தால்தான் என்ன? எதுவும் அதனால் மாறிவிடப் போவதில்லை!" என்றான் ஸ்ரீநாத் அவளைப் பார்த்து.

அவள் சிரித்துவிட்டுப் பதில் சொன்னாள்.

"உண்மைதான். ஆனால், பார்ப்பவர்கள் நம்மை முட்டாள்கள் என்று நினைப்பார்களே!"

கொடியைப் பொட்டலமாகக் கட்டி அதற்குள் பூக்களை வைத்து, கொடியை ஏற்றுகிற பிரமுகர் தலையில் அவை வர்ஷிக்கிற வகையில் அவள் அதை அமைத்தாள்.

"கெட்டிக்காரர்தான் நீங்கள்."

"எப்படி?" என்றாள் வசுமதி.

"இந்த மாதிரி வெட்டி வேலையெல்லாம் கற்று வைத்திருக்கிறீர்களே!" கேள்வியைத் தூக்கிப் போட்டுவிட்டு எங்கோ அவசரமாக விரைந்த அவனையே பார்த்துக்கொண்டு நின்றாள் அவள்.

கேண்டீனில், அடுத்த நான்கு நாட்களுக்குப் பிறகு அவனை அவள் சந்தித்தாள். செல்ப் செர்வ் கேண்டீன் அது. நாற்காலியில் அமர்ந்து என்ன சாப்பிடலாம் என்று அவள் யோசித்து முடிவெடுத்து எழுந்திருக்கும் நேரத்தில், அவள் முன் தயிர் சாதமும் வெங்காயப் பக்கோடாவும் வைக்கப்பட்டன. ஆச்சரியத்துடன் நிமிர்ந்தாள் அவள். அங்கு ஸ்ரீநாத் நின்றிருந்தான்.

"உண்மையில் ஸ்ரீநாத், நான் என்ன சாப்பிட வேண்டும் என்று நினைத்தேனோ, அதையேகொண்டுவந்து என் முன்னால் வைக் கிறீர்கள். எப்படி, எப்படித் தோன்றியது உங்களுக்கு?"

"ரகசியம். அதைச் சொன்னால், என் தலை வெடித்துச் சுக்கல் நூறாகிவிடும்!"

அவன் தன் நண்பர்கள் இருந்த மேஜையை நோக்கி நடந்தான். அவனைப் பார்த்துக்கொண்டிருந்தாள் அவள்.

இவன் ஏன் இப்படி இருக்கிறான்? ஏன் தன்மேல் அக்கறை காட்டுகிறான்? என்று தனக்குள் விசாரித்துக்கொண்டாள் அவள்.

ஏதோ தட்டுப்படுவது போல் இருந்தது அவளுக்கு. எனினும் தண்ணீருக்கு அடியில் தட்டுப்படும் பொருளாக, தெளிவின்றி இருந்தது அது. பொறுத்துப் பார்ப்போம் என்று தனக்குள் சொல்லிக்கொண்டாள்.

வசுமதி படிக்கிற ஆங்கிலப் பத்திரிகையின் ஞாயிற்றுப் பதிப்பில், மோட்டார் மெக்கானிசம் பற்றிய புதிய புத்தகம் ஒன்றைப் பற்றி விமர்சனம் வெளியாகியிருந்தது. அந்தத் துறையில் மிகப் புதிய வரவு என்று அதில் கண்டிருந்தது. அதை உடனே படித்துவிடவேண்டும் என்று ஆசைப்பட்டாள் அவள்.

லண்டனில் வெளியான அந்தப் புத்தகம், இந்தியாவுக்கு, அதுவும் டில்லிக்கும் பம்பாய்க்கும் வந்துசேரப் பல நாட்கள் ஆகுமே என்று தன் சகா விமலானந்தனிடம் சொல்லி வருத்தப் பட்டுக்கொண்டாள் அவள். பின்னர் அதை மறந்தும் விட்டாள்.

சில நாட்களுக்குப்பின், மதிய உணவு வேளையில் ஸ்ரீநாத் அவளைப் பார்க்க வந்தான். அவன் கையில் ஒரு பெரிய பார்சல் இருந்தது.

"தொந்தரவு தருகிறேனா?" என்றபடி, அவள் முன் ஒரு நாற் காலியை இழுத்துப் போட்டுக்கொண்டு அமர்ந்தான்.

"இல்லை. சாப்பாட்டில் பங்கு கேட்டால்தான் தொந்தரவாக இருக்கும். என் ஒருத்திக்கும்கூடக் கொஞ்சமான சாப்பாடு இது."

"பயப்படாதீர்கள். நான் சாப்பிட்டுவிட்டேன்."

"என்ன அது பார்சல்?"

"புத்தகப் பார்சல்."

"என்ன புத்தகம்?"

"மோட்டார் மெக்கானிசம் பற்றிய புதிய புத்தகம்."

"மோட்டார் மெக்கானிசமா?"

"நீங்கள் படிக்க வேண்டும் என்று விமலானந்தனிடம் சொன்னீர்களே, அந்தப் புத்தகம்தான்!"

அவன் அந்தப் பார்சலை அந்தப் புத்தகத்தை எடுத்து அவள் முன் நீட்டினான். ஒரு கணம் திகைத்துப் போனாள் வசுமதி. இது என்ன தீவிரம்? இது என்ன அர்ப்பண உணர்வு? இது என்ன அன்புப் பொழிவு? அவளுக்குள் இருந்த இளகிய, கனிந்த மனம் அவனை மரியாதை, பாசம் பொங்க நினைத்தது. அடுத்த கணமே அவள் அறிவு விழித்துக்கொண்டது. வெளியில் இருந்து திணிக்கப் பட்ட கருத்துகள் மேலெழுந்தன.

"இது என்ன தூண்டிலா?"

"தூண்டிலா, அப்படியென்றால்?"

"பெண்களை மயக்க, ஆண்கள் முதலில் பிரயோகிக்கும் அஸ்திரம், பழைய தமிழில் மோகனாஸ்திரம். இதில் எல்லாம் நான் வீழ்ந்துவிடமாட்டேன் ஸ்ரீநாத். என்மேல் உங்களுக்கென்ன அவ்வளவு அக்கறை? இப்படியாகக் கொஞ்சம் கொஞ்சமாக என் தேவைகளை உணர்ந்து, அதை நிறைவேற்றி, என்னை நன்றியால் நிரப்பி, என்னை மீள முடியாமல் செய்து, பிறகு மெதுமெதுவாகக் காதல் வசனம் பேசி, கல்யாணத்துக்கு வலை வீசி, நிரந்தரமாக எனக்கு மூக்கணாங்கயிறு போட்டுவிட நீங்கள் எடுத்துக்கொள்ளப் போகும் பிரயத்தனங்களின் பிள்ளையார் சுழிதானே இந்தப் புத்தகப் பார்சல்? நல்லது. இதன் விலை என்ன? இருநூற்று எழுபத்து ஐந்து ரூபாய் அல்லவா? பையில் அவ்வளவு பணம் இல்லை. கேஷியரிடம் வாங்கி உங்கள் சீட்டுக்குக் கொடுத்தனுப்புகிறேன். எப்படியென்றாலும், உங்களுக்கு என் நன்றி, மிஸ்டர் ஸ்ரீநாத்."

சாப்பாட்டுக் கிண்ணத்தை எடுத்துக்கொண்டு வாஷ் (பேஷினை நோக்கிச் செல்லும் அவளையே வைத்த கண் வாங்காமல், திக்பிரமை பிடித்து அமர்ந்திருந்தான் ஸ்ரீநாத்.

ஸ்ரீநாத் எல்லா ஆண்களையும்போலவே நல்லவன். வசுமதியும் எல்லாப் பெண்களையும்போலவே நல்லவள். தவறான கருத்து களை மூளைக்குள் திணித்துக்கொண்டு வசு, அவனைச் சங்கடப் படுத்திக்கொண்டிருந்தாள்.

மனிதர்கள் தங்கள் இயல்புகளை இழக்கும்போது முதலில் தங்களை இழக்கிறார்கள். இழப்பதால் வெறுமை அடைகிறார்கள். வெறுமை அவர்களை அச்சப்படுத்துகிறது. தங்களுக்கு இசைவான

அறிவுரைகளை, கருத்துகளைச் சொல்கிறவர்களைத் தேடி அலைகிறார்கள். கண்டுபிடிக்கிறார்கள். அவர்களைத் தங்களுடன் இறுக்கிக்கொள்கிறார்கள். அதாவது காசு கொடுத்து சூனியம் வைத்துக்கொள்கிறார்கள்.

மண்டைக்குள் பிசாசுகளை நடமாட விடுகிறார்கள். பிசாசுகள் வெண்பொங்கலும் மெதுவடையும் சாப்பிடுவதில்லை. அவை நர பட்சிணிகள். இரத்தப் பசிகொண்டு அலைபவை. உள்ளே இருக்கிற பிசாசுகளின் ஏவலைக் கேட்டு, பிற மனிதனின் இரத்தத்தைக் கொட்டச் செய்கிறார்கள்.

வசுமதி, ஸ்ரீதரின் இரத்தத்தைச் சொட்டப் பண்ணிக் கொண்டிருக்கிறாள்.

வசுமதியின் உதாசீனம் ஸ்ரீதரை இடம் நகர்த்திவிடவில்லை. மாறாக, அவளை மேலும் ஆழமாக நேசிக்க வைத்தது. அது ஆண்கள் செய்த பாவம். நேசம் வைத்த பெண் எட்டி உதைத்தாலும், தாம்பூல எச்சிலை முகத்தில் உமிழ்ந்தாலும், இரவைக் கொட்டக் கொட்ட விழித்துக் கழிக்கச் செய்யும் அவமானத்தைப் பண்ணி னாலும், ஆண் அவளிடம்தான் திரும்பத் திரும்பச் செல்வான். அது அவனுக்கு விதிக்கப்பட்ட பரிதாபம். விதியின் அல்லது வியா பகத்தின் இரும்புக்கரம் அவனது பிடரியைப் பிடித்து அப்படித்தான் உந்திச் செல்லும். அந்தப் புறக்கணித்த கையைத்தான் அவன் முத்தமிட நினைப்பான்.

உமிழ்ந்த அந்த வாயை, உதைத்த காலை, வெளியே போ என்று விரட்டிய விரலைத்தான் முத்தமிட மூர்க்கம் அடைவான். அவன் நிர்க்கதி ஆனவன். அவன் அப்படித்தான்.

விசித்திரம்தான். அந்த மோட்டார்த் தொழிற்சாலையில் கொலுவைத்தார்கள். அது தொடர்பாக, ஒரு புகழ்பெற்ற இசை வாணியின் கச்சேரியையும் ஏற்பாடு செய்திருந்தார்கள். மோட்டார் தொழிற்சாலையில் கொலுவா என்று ஆச்சரியப்படுவதில் அர்த்தம் இல்லை. தமிழரின், இந்தியரின் கலாச்சாரம் அது.

கலாச்சார ஊனம் அது. வானவியல் அறிஞர், மகனுக்குக் கல்யாணம் பண்ண ஜோசியம் பார்ப்பார். அறுவை மருத்துவ நிபுணன், ஆயுத பூஜை வந்தால், கத்திக்கும் கத்தரிக்கும் பூஜை போடுவான். மோட்டார்த் தொழிற்சாலையில் கொலு, பொம்பளை சாமிகள், ஆம்பிளை சாமிகள், குழந்தை சாமிகள், அடுத்த தேசத்து சாமிகள், செட்டியார், கிழவன், கிழவி பொம்மைகள் நிறைந்து வழிந்தன.

தொழிலாளர்கள் திரண்டு வந்தார்கள். இதுபோன்ற கலை நிகழ்ச்சிகளுக்கென்று தொழிற்சாலைக்குள்ளேயே ஒரு அரங்கம் நிர்மாணிக்கப்பட்டிருந்தது. வாரம் இரண்டுமுறை அசட்டு நகைச் சுவை நாடகங்களும் மற்றும் பேரசட்டுச் சரித்திர நாடகங்களும் அங்கு நடக்கும்.

அவ்வப்போது கருத்தரங்குகளும் நடக்கும். மோட்டார் தொழி லில் முன்னேறிய நாடுகளிலிருந்து தொழில் விற்பன்னர்கள் அக்கருத்தரங்குகளில் கலந்துகொள்வார்கள். அவர்கள் பெரும்பாலும் ஐரோப்பியர்களாக இருப்பார்கள். இந்தியாவின் வெயிலில், புழுக் கத்தில் சிக்கிக்கொள்ள நேர்ந்த தங்கள் துரதிருஷ்டத்தை மனசுக்குள் நொந்துகொண்டு, கழுத்து மாலையைக் கழற்றாமல், முகத்தில் புன்னகை மிளிர, மத்தியானம் மற்றும் இரவுகளில் நட்சத்திர ஓட்டல்களில் பரிமாற இருக்கும் விருந்துகளின் ஐட்டங்களை நினைத்துக்கொண்டு அமர்ந்திருப்பார்கள்.

அந்த அரங்கத்தில்தான் இந்தக் கொலுவும் கச்சேரியும் நடை பெற்றன. எல்லோரும், மரியாதை முகத்தான் செருப்புகளை வாசல் களிலேயே கழற்றி வைத்துவிட்டு உள்ளே சென்று, பணிவாகக் கொலுவை ரசித்து, பாடும் பெண்மணிக்குப் பவ்யமாக முகத்தைக் கட்டிக்கொண்டு அமர்ந்திருந்தார்கள். வசுமதியும் கச்சேரிக்கு வந் திருந்தாள். வழக்கத்தை ஓட்டி அவளும் தன் செருப்பை வாசலில் கழற்றி வைத்துவிட்டு உள்ளே போய் அமர்ந்தாள்.

கச்சேரி தொடக்கத்தில் நன்றாகவே இருந்தது. பாடும் பெண் மணி முறைப்படி சங்கீதம் கற்றவள். அழகாகக் கீர்த்தனங்களை, ராக ஆலாபனையோடு பாடிக்கொண்டிருந்தாள். வசுமதி கொஞ்சம் கொஞ்சமாகப் பாட்டில் தன்னை இழந்துகொண்டிருந்தாள். துர திருஷ்டம் என்னவெனில் அந்தப் பெண்மணி சினிமாவிலும் சில பாடல்களைப் பாடியிருந்ததுதான்.

கூட்டம் மெல்லப் பொறுமை இழந்தது. அவள் சினிமாவில் பாடிய அந்தப் பாடல்களைப் பாடச் சொல்லி, சீட்டு மழை பொழியத் தொடங்கியது. சாஷ்டாங்கமாகத் தரையில் விழுந்து பணியும் கலாச்சார மரபில் வந்தவள்தானே அந்தப் பாடகியும்? ஆகவே அவள் சினிமா “டப்பா” பாடல்களைப் பாடத் தொடங் கினாள்.

சலித்துப் போன வசுமதி எழுந்து வெளியே வந்தாள். வெளிக் காற்று மிக ஆரோக்கியமாக இருந்தது. தன் செருப்பை

விட்ட இடத்தில் தேடினாள். அது தடுமாறிப் போய் இருந்தது. மாநாட்டுக் கூட்டம்போலச் செருப்புகள் குவிந்து, தன் ஜதைகளை இழந்து சிதறிக் கிடந்தன செருப்புகள்.

குழம்பிப் போனவளாய்த் தன் காலணிகளைத் தேடத் தொடங்கினாள் அவள். அவள் உதவிக்கு ஸ்ரீநாத் வந்தான். எங்கெங்கோ சிதறிக் கிடந்த அவள் செருப்பை மட்டும் சரியாகக் கண்டுபிடித்து எடுத்து வந்து, குனிந்து அவள் பாதங்களுக்கு நேராக அச்செருப்புகளை வைத்தான் அவன்.

"எப்படி என் செருப்பை அவ்வளவு சரியாகக் கண்டு பிடித் தீர்கள்?"

"எத்தனை முறை அவற்றைப் பார்த்திருக்கிறேன். இந்த வெள்ளைச் செருப்பை என்று முதல் முதலாகப் போட்டுக்கொண்டு வந்தீர்கள் என்றுகூட எனக்குத் தெரியும்."

"தேங்க்ஸ்."

அவள் நடந்தாள்.

"வீட்டுக்குத்தானே?"

"உம்"

"பஸ் ஸ்டாண்ட் வரை வருகிறேனே. தேவைப்பட்டால் ஆட்டோ பிடித்துத் தருகிறேன்."

"எனக்கு உங்கள் உதவி தேவையில்லை."

"இருக்கலாம். அப்படித்தான் இருக்க வேண்டும். இதை உதவியாக ஏன் நீங்கள் நினைக்கிறீர்கள்? மனிதர்க்கு மனிதர் செய்யும் சிறு உபகாரம் அல்லது துணை, அல்லது சினேகம் குறித்த காரியம் தானே அது?"

அந்த வார்த்தைகளை அவன் உச்சரித்த விதம் வசுமதியைத் தொட்டது.

அவள் கல் அல்லவே? அவள் மனுஷிதானே? அவள் இருதயம் தசையால் ஆனதுதானே?

"சரி வாருங்கள்."

இருவரும் நடந்தார்கள்.

ஒரு தலைமுறைக் காலம் தேர்தலையே காணாத நகரசபை விளக்குகள் பல இடங்களிலும் செத்துக் கிடந்தன. வாகனங்களும் மக்களும் தெருவுக்கு ஒளியைத் தந்தார்கள். வசுவோடு சேர்ந்து நடப்பதில் பெரும் இன்பத்தைக் கண்டான் ஸ்ரீநாத். அது மனம்

ஒன்றியவர்களுடன் சேர்ந்து நடக்கிற சுகம்?

அதிர்ஷ்டவசமாக நடைபாதை ஒழுங்காக அமைந்திருந்தது. காம்பவுண்டுச் சுவருக்குள் முளைத்திருக்கும் செடிகள் லேசாகக்கை நீட்டித் தலையைத் தடவின. அந்தச் சிலிர்ப்பில் குளித்து அவர்கள் நடந்தார்கள்.

"வசுமதி... நீங்கள் ஏன் இப்படிக் கடுமையாக இருக்கிறீர்கள்?"

"கடுமை என்றால்?"

"ஏன், என்னிடம் நடந்துகொள்கிற முறையையே எடுத்துக் கொள்ளுங்களேன்."

"உங்களை மட்டுமல்ல ஆண்களையே நான் வெறுக்கிறேன்!"

"ஏன்?"

"அவர்கள் எங்களை, பெண்களை அடிமைப்படுத்தியவர்கள். படுத்துபவர்கள். நீங்கள் சுயநலக்காரர்கள். ஆண்கள் உடம்புக்கு அலைபவர்கள்."

"அப்புறம்?"

"திருமணம் என்பது ஒரு தளை. ஒரு ஆணைச் சார்ந்துதான் நான் வாழவேண்டும் என்ற நிலை ஏற்பட்டால் நான் தற்கொலை செய்துகொள்வேன்."

"அப்புறம்?"

"நான் எவனையும் காதலிக்க முடியாது. காதல் ஒரு ஹம்பக்!"

"அப்புறம்?"

"பெண்கள் விடுதலைக்காக, அவர்கள் விமோசனத்துக்காக நான் உழைக்கப் போகிறேன். உழைக்கிறேன். எனக்குக் காதலிக்க முடியாது."

"அவர்கள் விமோசனத்துக்காக என்ன செய்ய திட்டம்?"

"பெண்கள் சமூகரீதியாகவும், பொருளாதார, கலாச்சார ரீதி யாகவும் எங்கெல்லாம் அவமானப்படுத்தப்படுகிறார்களோ, அங் கெல்லாம் சென்று நாங்கள் போராடுவோம்."

"என்னையும் உங்கள் போராட்டத்தில் சேர்த்துக் கொள்ளுங்களேன்."

"பெண் விடுதலையில் ஆண்களுக்கு இடம் இல்லை."

"அப்படியானால் யாரைவிட்டு விடுதலை பெறப் போராடு கிறீர்கள்? ஆண்களை விட்டா? அடிமைத்தனத்தை விட்டா?

அடிமைத்தனத்தை விட்டு என்றால் உங்கள் போராட்டம் ஜெயிக்கும். ஆண்களை விட்டு என்றால், நீங்கள் தோற்பீர்கள். உங்கள் போராட்டம் உங்களை எங்கும்கொண்டுசேர்க்காது. நீங்கள் புறப் பட்ட இடத்திலேயே நின்றுகொண்டிருப்பீர்கள். ஆண், பெண் இருவரில் ஒருவரை விலக்கி வைத்து உலகத்தில் எந்தப் போராட்ட மும் நடந்ததில்லை. பெண் விடுதலை சமூக மாற்றத்தில் ஓர் அங்கமே அல்லாமல், அது தனியாக இல்லை."

அவள், அவனைத் திரும்பிப் பார்த்தாள்.

"வசுமதி... நான் பெண் அடிமை செய்பவன் அல்ல. இன்னும் கேட்டால், உங்களுக்கோ, மற்ற யாருக்குமோ குறையாத அளவு பெண்களின் இந்தப் போராட்டத்தில் நான் நம்பிக்கையும் அக்கறையும் உடையவன். நான் சொல்கிறேன். உங்கள் இயக்கம், தோற்கப்போவது உறுதி. அது சரித்திரக் கட்டாயம்."

அவள் சட்டென்று நின்றாள். "நாங்கள் தோற்போம் என்று எப்படிச் சொல்கிறீர்கள்?"

"உங்கள் போராட்டம் வெறுப்பின் அடிப்படையில் இயங்கு கிறது. வெறுப்பு ஒரு தத்துவம் ஆகாது! அது மன ஊனம். மக்களை வளர்ச்சிப் பாதையில்கொண்டுசேர்க்கும் கருத்தே தத்துவம். உங்களிடம் தத்துவம் இல்லை. காரணம், வாழ்க்கை பற்றிய அகன்ற, ஆழமான, அனுபவப் பார்வையோ, படிப்போ, ஞானமோ உங்களி டம் இல்லை.

வாழ்க்கை பற்றிய தெளிவும் பார்வையுமே தத்துவத்திடம் உங்களைக்கொண்டுசேர்க்கும். தத்துவம் இல்லாத போராட்டம் என்பது கற்பனைக் கத்தியைக் காற்றில் வீசிப் பாவனைச் சண்டை போடுகிற பைத்தியக்காரத்தனம். உலகம் உங்களைப் பார்த்துச் சிரிக்கிறது."

"ஸ்ரீநாத்! மரியாதைக் குறைவாகப் பேசுகிறீர்கள்."

"மன்னியுங்கள், என் நோக்கம் அது அல்ல. ஆண்கள் எல்லாம் அயோக்கியர்கள், அடிமை செய்பவர்கள், காமுகர்கள் என்கிறீர்களே, அது என்ன, மரியாதை மிகையா? ஆண்கள் அத்தனை பேரும் அயோக்கியர்கள் என்றால், உங்கள் அப்பா உங்களைப் படிக்கவே வைத்திருக்க மாட்டார். தெருப் பொறுக்க விட்டிருப்பார். மொத்தம் ஆயிரத்து இருநூறு பேர் வேலை செய்யும் நம் தொழிற்சாலையில், ஆண்கள் எண்ணூறு பேர், பெண்கள் நானூறு பேர்கள். ஆண்கள் உங்களை வீட்டுக்கு

அனுப்பிவிடவில்லையே! உங்கள் கல்விக்கும் அறிவுக்கும் அடங்கி, பணிந்து, உங்கள் இலாகாவில் சுமார் எண்பது ஆண்கள் உங்களிடம் பணிபுரிகிறார்களே, அது எப்படி?

ஆண்களில் பலர், பெண்களில் பலரை அடிமை செய் கிறார்கள். உண்மை! அதனால் ஆண் குலத்தையே வெறுப்பது என்ன நியாயம்? பெண்களில் பேயர்கள் இல்லையா? ஒழுக்கக் குறைவானவர்கள் இல்லையா? மன ஊனர்கள் இல்லையா? கொடுமைக்காரிகள் இல்லையா?"

"அப்படியென்றால்... பெண் விடுதலை இயக்கமே பொய்யா? கணவர்கள் அடிமை செய்வதில்லையா? தாலி வேலியாக இல்லையா? குடும்பம் சிறையாவதில்லையா?"

"பொய் இல்லை. அது நிஜம்! விடுதலை இயக்கங்கள் எந்தச் சமூகத்திலும் இருக்கவே வேண்டும். நீங்கள் ஒரு உண்மையைப் புரிந்துகொள்ள வேண்டும்.

இந்த தேசத்தில் ஆணும்கூட அடிமையாகத்தான் இருக்கிறான். ஒரு பெரிய சமூக மாறுதல் ஏற்பட்டால் ஒழிய விடுதலை இரு பாலர்க்கும் இல்லை. இந்த இயக்கங்களின் இலட்சியம், பெண்ணை முதன்மைப்படுத்துவதாய் இருப்பதாலேயே அவை தோல்வி அடை கின்றன.

ஆண்களோடு, பெண்களை இசைவிக்கும், அவர்கள் இணை என்று அறிவிக்கும் இயக்கமே வெல்லும். உண்மையில் ஆண்களும் பெண்களும் உலகின் சம பங்காளிகள். இந்த ஞானத்தை வெளிக் கொணருங்கள்!

ஆணும் பெண்ணும் இணைவதுதான் இயற்கை. பெண்ணைப் பெண் காமுறல் நோய். அது சாத்தியமும் இல்லை. அதனால் மகிழ்ச்சி விளைவது இல்லை. ஆணை நேசியுங்கள். அவனைக் காதலியுங்கள். உலகத்து இன்பங்களை அனுபவியுங்கள். உடம்பு தரும் சந்தோஷங்களை உணருங்கள். காதலால் மனிதர்க்கு மரணமே போகும் என்ற பாரதி வாக்கு பொய்யா? அந்த ஆண், பெண் கூட்டை என்ன பெயரிட்டு வேண்டுமானாலும் அழையுங்கள். அது தவறில்லை. கூட்டே வேண்டாம் என்று கூறாதீர்கள்."

அது ஒரு நாற்சந்தி. வானம் விட்டுவிட்டு மின்னிற்று. சட்டென்று காற்று, கொத்து மண்ணைக்கொண்டு வந்து கண்ணில் போடும். ஆடைகளைப் பறக்கடிக்கும். தலையைக் கலைக்கும்.

ஸ்ரீநாத் சொன்னதைக் கேட்டுத் திடுக்கிட்டவளாக, ஒரு புதிய அயற்கோள் மனிதனைப் பார்ப்பதுபோல அவள் அவனைப் பார்த் தாள். அவன் ஒரு குழந்தையின் தோளைத் தொடுவதுபோல அவள் தோளில் தன் கையைப் பதித்தான். மெதுவாக அவளுக்கு மட்டும் கேட்கும் விதமாக முணுமுணுத்தான்.

"வசுமதி... நான் உங்களை நேசிக்கிறேன். உங்களுக்கு நல்ல துணையாக, சினேகிதனாக, நம்பகமான உடன் பயணியாக இருப்பேன். என்னை ஏற்பதும், ஏற்காததும் உங்கள் இஷ்டம். அது உங்கள் உரிமை. ஆனால், முட்டாள்தனமான கருத்துகளை மூளைக் குள் நிரப்பிக்கொண்டு உங்களையும் என்னையும், வாழும் உலகத்தையும் வீணாக்கிவிடாதீர்கள்!"

அவன், அவளுக்கு வணக்கம் சொன்னான். ஒரு ஆட்டோவை அழைத்து, அவள் வீட்டு முகவரியைச் சொல்லி, அவளை ஏற்றி அமர வைத்து அனுப்பிவிட்டு அகன்றான்.

மழை தொடங்கிவிட்டது என்று சொன்னார்கள். சென்ற ஆண்டைவிட மிக மோசமான மழை என்றும் சொன்னார்கள்.

எப்போதும் அப்படித்தான் சொல்வார்கள். மக்களுக்கு எதையும் ஒப்பிட்டே பேச வேண்டும்.

வசுமதி தன் அறைக்குள் கிடந்தாள். மதியம் உணவு உண்டு வந்து படுத்தவள், மணி ஏழாகியும் உறங்கித்தான் கிடக்கிறாள். விடுமுறை நாளை உறங்கிக் கழிப்பது கூச்சமாக இருந்தது அவளுக்கு. எழுந்து ஜன்னலைத் திறந்தாள். மழை சீராகப் பெய்துகொண்டிருந்தது. அன்று மாலை தொடங்கிய மழை. நான்கு நாள்களாகப் பெய்துகொண்டிருந்தது.

மழை பலவற்றையும் நினைவுக்குக்கொண்டுவரும் ஆற்றல் படைத்த இயற்கைக்கூறு. அதற்குப் பிறகு ஸ்ரீநாத் அவளை வந்து பார்க்கவில்லை. எதிர்ப்படவும் இல்லை. போன்கூடச் செய்ய வில்லை.

அது அவளுக்கு அவன் வழங்கும் நேரம். அவளைச் சிந்திக்கச் சொல்லும் நேரம்.

அவன் வலது கை அவள் இடது தோளில் பதிந்தது, அந்தச் சமயத்தில் அது சுட்டது. அடுத்து அடுத்துப் பல சமயங்களிலும் அது சுடத்தான் செய்தது. நினைக்கும்தோறும் சுட்டது. ஆனால், சுடாத, வலியற்றதான தீ, தோளில் தொடங்கியது. தொடர்ந்து உடம்பு முழுக்கப் பரவியது.

அவன் சொல்லிய வார்த்தைகள் மீண்டும் மீண்டும் அவளை முற்றுகை இட்டன.

அது ஒரு கூட்டு. ஆணைப் பொறுத்து அடையப் போவதுதான் என்ன? இதுவும் இருமுகம்கொண்ட ஒற்றை உயிர். பகலும் இரவும், சூரிய நிலவு மாதிரி. இரண்டும் சேர்ந்த ஒன்றுதான் உலகம். இரண்டு ஒழிந்து ஒன்றாவதுதான் உறவு.

"குடும்பம் என்கிற பந்தம் உங்களை இரண்டாம் நிலைக்குத் தள்ளுகிறது என்றால், குடும்பத்தின் முகத்தை மாற்றி அமைப்போம். அதற்காக ஆண், பெண் உறவையே புறக்கணிப்பது என்ன நியாயம்?" என்று அவன் சொல்லியதில் உள்ள நியாயம் அவளுக் குப் புரிந்ததாகத் தோன்றியது.

மழை பெய்துகொண்டேதான் இருந்தது. இது இரவு முழுக்கப் பெய்யும்.

இரவு சாப்பாட்டுக்கு அழைப்பு வந்தது. பசித்தது. எழுந்து போனாள். நிறைய சாப்பிட்டாள். வந்து படித்துக்கொண்டிருந்தாள். இரவு ஒரு மணி வரை படித்தாள். புத்தகத்தை மூடி வைத்துவிட்டு ஜன்னல் ஓரம் வந்து நின்றாள். மழை !

உறங்கப் போக வேண்டும் என்று தோன்றியது.

நாளை அலுவலகம் சென்றதும் முதல் காரியமாக ஸ்ரீநாத்தைச் சென்று பார்த்துப் பேச வேண்டும் என்று தீர்மானித்துக்கொண் டாள் வசுமதி.

மழை பெய்துகொண்டே இருந்தது.

2013

மனிதர்கள்

ஓலைக் குடையைப் பிடித்துக்கொண்டு ஒரு உயரமான மனிதர் நிற்பது மாதிரி, பச்சைப் பசிய தலைகளைச் சிலிர்த்துக்கொண்டு நின்றிருந்தன தென்னை மரங்கள். வகுப்புக் கரும்பல கையைத் துடைக்கும் குட்டித் தலையணைகளைப்போல சிட்டு களும் கௌதாரிகளும் கிளைகளில் உட்கார்ந்து, பிறந்திருக்கும் பிள்ளைக் காலையை வார்த்தை சொல்லி வரவேற்றுக்கொண்டிருந்தன.

இளநீரைப்போலக் காற்று. கீழ்த் திசையில் தென்னைகளுக்குப் பின்னால் தங்கக் கொலுசு மாதிரி சூரியன். அப்பா உடம்பைச் சுற்றிப் போர்த்தியிருந்த போர்வையை ஊடுருவும் காற்றை அனுப வித்தவாறு தோப்பை ஒட்டிய மண் ரஸ்தாவுக்கு வந்து சேர்ந்தார். தோப்பில் நிறைந்திருந்த தென்னை ஒவ்வொன்றின், ஜனனமும் அவருக்குத் தெரியும். கன்றாக இருந்தவைகளைப் பசுவாக இருந்து வளர்த்துப் போஷித்தவர் அவர். அவற்றின் ஒவ்வொரு அங்குல வளர்ச்சியையும், கண்டு பூரித்தவர் அவர். தென்னைகளை அவர் என் பிள்ளைகள் என்பார். அவை அவரோடும் பேசும். அப்பா வெளியூர்களுக்குக்கூட அதிகம் போவதில்லை. போக நேர்ந்தாலும் ஒன்றிரண்டு நாட்களில் திரும்பி வந்து விடுவார். காரணம் பிள்ளை களைப் பார்க்காமல் நாற்பத்தியெட்டு மணிநேரத்துக்கு மேலும் அவரால் இருக்க முடியாது. உப்பு மண்டி அய்யாவுத்தேவர், அப்பாவை எதிர்ப்பட்டார்.

“நமஸ்காரம் ஐயா. காலை உலாவல்போல.” என்றார் தேவர், அப்பாவைப் பார்த்து.

"ஆமாம்" அப்பா தலையசைத்தார். "தென்னந்தோப்பு வழக்கு இன்னிக்கு வர்றாப்பல தானே?"

"ஆமா"

"ஆனாலும் ரொம்ப அநியாயம் ஐயா. இடத்தைக் குடுத்தா மடத்தைப் பிடுங்கற கதையால்ல இருக்கு."

"போகட்டும் விடுங்க."

"என்ன அப்படி சாதாரணமா சொல்றாப்பல? ஊரிலே உத்த மர்னு பேர்வாங்கிட்டு, எவனும் எதிரிலே கால் மேல் கால் போட்டு உட்கார முடியாதபடிக்கு கௌரவமாக வாழ்ந்துகிட்டு இருக்கீங்க. உங்களைப் போயி கோர்ட்டுக்கு இழுத்துட்டானே அந்த நன்றி கெட்ட பயல்."

"நாம்ப எதுக்கு அதைப் பேசணும், கிடக்கு விடுங்க. ஒரு விஷயத்தை நாலு பேர் நாலு விதமா பாக்கத்தான் செய்வாங்க! கவலைப்பட்டுக் கட்டு படியாகுமோ?"

அப்பா, தேவரிடம் இருந்து நகர்ந்து நடக்கத் தொடங்கினார். பாதை முழுக்க வைக்கோல் உதிரிகளைப் பரப்பியது மாதிரி காலைப் பொழுது மஞ்சள் வெயிலைப் பரப்பி இருந்தது. லேசாக வியர்க்கவும் தொடங்கியிருந்தது. தண்ணீர்த் தொட்டித் திருப்பத்தில் வீரமுத்து எதிர்ப்பட்டார். வண்டியின் நுகத்தடி புல்தரையைத் தொட்டுக்கொண்டிருந்தது. அருகில் இருந்த கம்பத்தில் கட்டப் பட்டிருந்த குதிரை, முகத்தைப் பையில் புதைத்தபடி கொள்ளை மென்றுகொண்டிருந்தது.

"கும்புடறேன் எசமான்."

அப்பா, குதிரையின் முதுகைத் தட்டிக்கொடுத்தபடி அதன் அருகே நின்றார். அது கொள்ளைச் சாப்பிடுகிற அழகைப் பார்த்து ரசித்துக்கொண்டிருந்தார்.

"இன்னிக்கு, அய்யா கோர்ட்டுக்குப் போவணுமுங்களா? பத்து மணி மாதிரி வீட்டாண்டை வந்துருட்டுங்களா?"

"வந்துடு" என்றவர் இடுப்பைத் தடவி முறுக்கிச் செருகியிருந்த மடிப்பை அவிழ்த்து ஒரு இரண்டு ரூபாய்த் தாளை எடுத்து அவனுக் குக் கொடுத்தார். இரு கைகளையும் நீட்டி அதை வாங்கிக்கொண்டார் அவர்.

"உழைக்கறதுக்கு முன்னாலேயே கூலியைக் குடுக்கற மகராசர் நீங்க, உங்களைப் போய்க் கோர்ட்டுக்கு இழுத்துட்டானே அந்தப் பேமானி."

“சே! சே! அப்படியெல்லாம் மத்தவங்களைப் பத்தி பேசக்கூடாது.”

அப்பா வீட்டுக்கு வந்து சேரும்போது குழந்தைகள், பள்ளிக்கூடத்துக்குப் புறப்படும் நேரமாகிவிட்டது.கூடத்தில் உட்கார்ந்து பேப்பர் படித்துக்கொண்டிருந்த கிருஷ்ணமூர்த்தி வீட்டுக்குள்ளே பார்வையைச் செலுத்தினான்.

“அம்மா! அப்பா வந்துட்டாங்க” என்றபடி செய்தித்தாளைக் கீழே போட்டுவிட்டு வாசலுக்கு விரைந்தான் அவன். வாசலுக்கு அருகே இருந்த சிமெண்டுத் தொட்டியில் தண்ணீர் மொண்டு, அப்பாவுக்குக் கால் கழுவக் கொடுத்தான். அப்பா காலைத் தேய்த்துக் கழுவிவிட்டு நிமிர்ந்தார்.

“அப்பா! வெந்நீர் தயாரா இருக்கு. விளாவலாமா?”

“செய்.”

அப்பா தோட்டத்தை நோக்கிப் போனார். பின்னால் இருந்த படி அப்பாவையே பார்த்துக்கொண்டு நின்றான் கிருஷ்ணமூர்த்தி. அப்பா என்னவோ திடீரென்று மிகவும் தளர்ந்துபோய்விட்டதாகப் பட்டது அவனுக்கு. முதுகுகூட சற்றே கூன் போட்டு அரிவாள் மாதிரி வளைந்திருப்பதுபோலத் தோன்றியது. முகத்தில்கூட நரை கூடிவிட்டது. அப்பாவை நினைக்கையில் வருத்தமாக இருந்தது கிருஷ்ணமூர்த்திக்கு.

வானத்தைக்கை நீட்டித் தொட்டுவிடுவதுபோல உயர்ந்து வளர்ந்திருக்கும் இந்தத் தென்னை மரங்கள் எல்லாம் பிள்ளைகளாக இருந்த காலம் அது. ஒன்பதாம் வகுப்பு படித்துக்கொண்டிருந்த கிருஷ்ணமூர்த்தி, அப்பாவின் விரலைப் பிடித்துக்கொண்டு தினமும் காலையில் உலாவப் போவது வழக்கம். ஒருநாள் காலை அப்படி உலாவப் போனபோதுதான் அது நடந்தது.

கிராமத்து விவசாயியைப்போலக் காட்சி தந்த ஒருவரும், அவர் மனைவி எனத் தோன்றிய இளம்பெண்ணும் ஒரு ஏழெட்டு வயதுப் பெண் குழந்தையும் திடுமென அப்பாவின் முன் தோன்றி அவர் காலில் விழுந்தார்கள். அப்பா பதறிப்போனார். மனிதர் காலில் மனிதர் விழுவதாவது?

“அடடா! என்னப்பா இது? என்ன பண்றீங்க இரண்டு பேரும். எழுந்திருங்க, எழுந்திருங்க.”

“நாங்க எல்லாம் ஐயாவோட மச்சினர் ஊர்க்காரங்க. ஐயாவுக் குத்தான் தெரியுமே. வானம் காஞ்சா காஞ்சி கெடுக்கும். பேஞ்சா, பேஞ்சி கெடுக்கும். வெள்ளாமையும் இல்லை. வேலை

வெட்டியும் இல்லை. பஞ்சம் பொழைக்கறதுக்காக ஐயா ஊருக்கு வந்தோம், சாமி. எங்க மூஞ்சைப் பார்க்கலேன்னாலும் இந்தப் புள்ள முகம் பார்த்து ரெண்டு வேளைக் கஞ்சிக்கும், மொடங்கிக்க ஒரு குடிசைக்கும் வழி பண்ணீங்கன்னா நாங்க பொழச்சிப் போயிடுவோம் ஐயா."

அப்பா யோசிக்க நேரம் எடுத்துக்கொள்ளவில்லை. மறு நிமிஷமே சொன்னார்.

"நம்ப தோப்புக்குள்ளேயே ஒரு குடிசை போட்டுத் தரச் சொல்றேன். தோப்புக்குக் காவலா இருந்து, பார்த்துக்கங்க. ஏதாவது சம்பளம் போட்டுத் தரேன்."

மீண்டும் அவர்கள் அப்பாவின் காலில் விழ யத்தனிப்பதற்கு முன்பே அவர் உறுதியான குரலில் "இனி என் காலில் விழாதீர்கள். என் காலில் மட்டுமல்ல, யார் காலிலும்."

கிருஷ்ணமூர்த்தி, கந்தலும் அழுக்குமாய்த் தன் பெற்றோர்களின் செய்கையை விளங்காது வேடிக்கை பார்த்துக்கொண்டிருக்கும் பெண் குழந்தையையே பார்த்துக்கொண்டிருந்தான்.

வீரமுத்து ஒன்பதரைக்கெல்லாம் ஜட்கா வண்டியைக் கொண்டு வந்து வாசலில் நிறுத்திவிட்டிருந்தார். குதிரை காசைத் தொலைத்து விட்ட குழந்தை மாதிரி குனிவதும் பிறகு நிமிர்வதுமாக இருந்தது. கடிகாரப் பெண்டுலம் மாதிரி தலையை அப்பக்கமும் இப்பக்கமுமாக அசைத்துக்கொண்டிருந்தது. அப்பா குளிக்கமட்டும் ஒரு மணி நேரம் எடுத்துக்கொள்வார். அழுக்கு அவருக்கு எதிரி. பிறகு, துடைத்துக்கொள்ள கால்மணி. அப்புறம், சாமி அறை. அப்பா, காலம் முழுதும் ஒரே ஒரு பாடலைத்தான் திரும்பத் திரும்பப் பாடிக்கொண்டிருந்தார்.

"ஏறு மயிலேறி விளையாடு முகம் ஒன்று
ஈசனுடன் ஞான மொழி பேசும் முகம் ஒன்று
கூறு மடியார்கள் வினை தீர்த்த முகம் ஒன்று
குன்றுருவ வேல் வாங்கி நின்ற முகம் ஒன்று."

அரைமணி நேரம் தன்னையும் உலகத்தையும் மறந்து அவர்,தான் பூஜிக்கும் கடவுளுடன் ஒன்றிவிடுவார். பிறகு, கருத்துத் தெரிந்த நாளாய் அவர் உடுத்தும் கதர்ச் சட்டையும், வேட்டியும் அணிவார். பளிச்சென்று திருநீறு துலங்க சாப்பாட்டு மேசையின் முன் அமர்வார். காலை நேரங்களில் இரண்டு இட்லிகளுக்கு மேல் அவர் உண்டதில்லை. அப்பாவுக்குக் கடுங்காப்பி மிகவும் பிடிக்கும். சர்க்கரை போடாத, நாவிலும் தொண்டையிலும்

பிரபஞ்சன் | 127

கசந்துகொண்டே உள் இறங்கும் காப்பி. சாப்பிட்டுவிட்டு வெளியே கிளம்புவார்.

கிளம்பினார். அப்பா ஜட்கா வண்டியில் ஏறி உள்ளே அமர்ந்த பிறகு, தானும் அமர்ந்துகொண்டான் கிருஷ்ணமூர்த்தி.

வண்டி புறப்பட்டது. அப்பா, தெருவைப் பார்த்துக்கொண்டு வருபவர்போல இருந்தார். ஆனால், அவர் தெருவைப் பார்க்க வில்லை. தீவிரமான சிந்தனையில் ஆழ்ந்திருந்தார். அப்பா சமீப காலமாகத்தான் கோர்ட்டு ஏறும் நிர்ப்பந்தத்துக்கு ஆளாகியிருந்தார். கோர்ட்டில், தரையை உற்றுப் பார்த்துக்கொண்டு அவர் உட் கார்ந்திருப்பதைப் பார்த்தால் மனசுக்குள் ரத்தம் வடியும்.

மனிதர்கள் சலவைச் சட்டை அணிந்துகொண்டு சம்பாதிக்கச் சென்றுகொண்டிருந்தார்கள். அப்படிச் சென்றால்தான் மீண்டும் சலவைச் சட்டை போட முடியும், சாப்பிட முடியும். அவரவர் கவலை அவரவர்க்கு.

குதிரை மந்தகதியில் போய்க்கொண்டிருந்தது. சூரிய ஒளி பட்டு குதிரையின் மேனி குளியலுக்கு முன்னால் எண்ணெய் தேய்த்துக்கொண்டு நிற்கிற மனிதரின் உடம்பு மாதிரி மினுமினுத் தது. அப்பாவின் நிலைகுத்திய பார்வை கோர்ட் கட்டடம் வரும் வரை மாறவேயில்லை.

கோர்ட்டுக் கட்டடம் என்றாலே வாதாம் மரங்கள் சூழ்ந்தி ருக்கும் போலும். உயர உயரமான, அகல அகலமான இலைகளைக்கொண்ட மரங்கள். பச்சையும் பழுப்பும் மஞ்சளும் ஆக மண்ணிலேயே வானவில்லின் வர்ண ஜாலங்களைக் காட்டும் மரங்கள். மரங்களின் சூழலில் மனிதர்களின் சோர்ந்த முகங்கள். பிரச்சனைகளைப் பேசித் தீர்த்துக்கொள்ளத் தெரியாது கறுப்புக் கோட்டு போட்ட மூன்றாம் மனிதர்களை நம்பி, சீரழிந்து நிற்கிற முகங்கள்.

அப்பா அந்த முகங்களில் ஒன்றாய் கோர்ட் கட்டடத்துக்குள் நுழைந்தார். நேராக வக்கீல் அறையில் இருந்த ஒரு பழைய நாற்காலி யில் போய் அமர்ந்துகொண்டார். எல்லா கோர்ட் வளாகங்களிலும் வாதாம் மரங்கள் இருப்பது மாதிரி எல்லா வக்கீல் அறைகளிலும் பெரும்பாலும் காலொடிந்த கட்டுப்போட்ட அகல அகலமான நாற்காலிகள். கிருஷ்ணமூர்த்தி, அப்பாவின் பின்னால் ஓரமாக அமர்ந்திருந்தான். ஒரு வயதான வக்கீல் அவரைவிட வயதான கனத்த சட்டப் புத்தகத்தைப் புரட்டிக்கொண்டிருந்தார். அப்படியே ஆணியடித்தாற்போல சுமார் இரண்டு மணி நேரம்

அப்பா அங்கு அமர்ந்திருந்தார். அப்பாவுக்கு ஏன் இந்த சோதனை? பணக் கஷ்டம் என்று தோப்பை விற்க முடிவு செய்தார். ஒரு பார்ட்டிக்கு விற்கவும் செய்தார். வாங்கினவன் தோப்பைக் கிரயம் செய்துகொள்ளுவதற்குத் தடையாய் இருந்தது முனியாண்டியின் குடிசை. அதைக் காலி செய்யச் சொன்னபோது தனக்கு வேறு இடத்தில் மனை வாங்கிக் கொடுத்துக்கையில் இருபத்தையாயிரமும் கொடுத்தால்தான் ஆயிற்று என்று தகராறு செய்ய, கடைசியில் கோர்ட்டுக்கு வரவேண்டியதாயிற்று. பன்னிரண்டு மணி நெருங்கியபோது அப்பா அழைக்கப்பட்டார். கிருஷ்ணமூர்த்தி பார்வையாளர் பகுதியில் இருந்த மூட்டைப் பூச்சிகள் நிறைந்த பிரிட்டிஷ் காலத்தைச் சேர்ந்த மர பெஞ்சில் அமர்ந்துகொண்டான்.

அப்பா கூண்டில் நின்றார். ஒரு பெரிய பட்சியை ஒரு சின்னக் கூண்டில் வைத்து அடைத்தது மாதிரி இருந்தது.

உயரமான ஆசனத்தில் உட்கார்ந்திருந்த ரோஜாப்பூ தேகங்கொண்ட மனிதர், கறுப்புச் சட்டை போட்ட ஒருவரைப் பார்த்து "ஆரம்பிக்கலாமே" என்றார்.

திரிசூரணம் அணிந்த ஆஜானுபாகுவான ஒருவர் அப்பாவின் முன்னால் வந்து நின்று பெயர், குலம், கோத்திரம் எல்லாவற்றையும் விசாரித்தார். அப்பா, நிதானமாக பதிலிறுத்தார்.

"உமக்கும் தோப்புக் காவல்கார முனியாண்டிக்கும் என்ன உறவு?"

"உறவு என்று சொல்ல முடியாது. என்னுடைய மைத்துனரின் ஊரைச் சேர்ந்தவர் அவர். மைத்துனர் பேரைச் சொல்லிக்கொண்டு வந்தார். பிழைப்புக்கு வழி கேட்டார். ஏதோ என்னால் ஆனதைச் செய்துகொடுத்தேன்."

"காவல்காரனுக்கு மாதம் ஐம்பது ரூபாய் கூலியும் கொடுத்து, தானாய்க் கீழே விழும் தென்னை மட்டைகளை விற்கவோ, தட்டி முடையவோ அனுமதியும் கொடுத்திருக்கிறீர்கள். நாட்டு வழக்கத்துக்கு இது கூடுதல் அல்லவா?"

"இருக்கலாம். ஆனாலும் மூணு பேர்கொண்ட அந்தக் குடும்பம் பிழைப்பதற்கு அது தேவைதான் என்று நான் நினைத்தேன்." "இரக்கம் காரணமாக அதைச் செய்தேன் என்கிறீர்களா?"

"இரக்கம் என்று சொல்ல முடியாது. மனிதருக்கு மனிதர் உதவிக்கொள்வதுதானே அழகு?"

"முனியாண்டிக்கு நீங்கள் உதவியதாகச் சொல்வது மனிதாபிமானக் காரணத்தால் மட்டும்தானா அல்லது வேறு ஏதாவது மறைவான காரணத்தினாலா?"

"மறைவான காரணமா?" அப்பா முகம் சுளித்துக் கேட்டார்.

"ஆமாம். மறைவான காரணம்தான்."

திருநூரணம் அணிந்த அந்த மனிதர் கொஞ்சம் தயங்கினார். அடைக்காத தொண்டையைச் செருமிக்கொண்டார்.

"உமக்கும் முனியாண்டியின் மனைவிக்கும் கள்ளத் தொடர்பு இருந்ததாகவும் அதன் காரணமாகத்தான் அவ்வளவு உதவிகளை நீங்கள் அந்தக் குடும்பத்துக்குச் செய்து வந்ததாகவும், அந்தத் தென்னந்தோப்பின் விளைச்சலைக்கூட அவர்கள் சுதந்திரமாக அனுபவிக்க உரிமை தந்ததாகவும் எங்கள் கட்சிக்கார முனியாண்டி கூறுகிறார். அதற்கு நீங்கள் என்ன சொல்லுகிறீர்கள்?"

கிருஷ்ணமூர்த்திக்கு வெறுங்காலால் சிகரெட் நெருப்பை மிதித்ததுபோல இருந்தது. அப்பாவை நோக்கினான். அப்பா சந்தன நிறமானவர். இப்போது குங்கும வண்ணமாகி விட்டிருந்தார். முகத்தில் வியர்வை முத்துகளாய் அரும்பி, உடைந்து வழிந்தது. வார்த்தைகளை முனை முறியாமல் முழுசு முழுசாகப் பேசுபவர் அப்பா. இப்போது அவர் நாக்கு தடுமாறியது.

"இல்ல. இல்ல. அப்படி எதுவும் இல்லை."

கூண்டின் மரச்சட்டத்தைப் பிடித்துக்கொண்டிருந்த அப்பாவின் கைகளில் நடுக்கம் பரவியது. அதை மறைத்துக்கொள்ள முயல்பவர்போல அவர் நரம்புகள் புடைக்க, அந்த மரச் சட்டத்தை மேலும் இறுகப் பற்றிக்கொண்டார். தோளில் கிடந்த துண்டை எடுத்து, நெற்றியையும் முகத்தையும் துடைத்துக்கொள்கிற பாவனையாய், கூடியிருந்த கூட்டத்தின் பார்வையில் இருந்து தன் முகத்தை மறைத்துக்கொள்பவர்போல முகம் முழுவதையும் மறைத்துக்கொண்டார்.

அவர்கள் வீடு திரும்பிக்கொண்டிருந்தார்கள். வழியெங்கும் அப்பா பேசவேயில்லை. அவர் அருகில் அமர்ந்துகொண்டு வந்த கிருஷ்ணமூர்த்திக்கு அப்பாவின் முகம் பார்க்க முடியவில்லை. அவர் கழுத்தைக் கட்டிக்கொண்டு அழவேண்டும் போலிருந்தது. ஆனால், வண்டி ஓட்டிக்கொண்டு வந்த வீரமுத்துவால் அமைதி யாக இருக்க முடியவில்லை.

"என்ன அநியாயங்கய்யா இது? அடுத்த வேளைச் சாப் பாட்டுக்கு வழியில்லாமல் பஞ்சம் பொளைக்க வந்தவனுக்கு

வாழ்வு கொடுத்த உங்க மேலேயே நாக்குல நரம்பில்லாம பொய்யாய்ப் பழி போடறானே? இவன் விளங்குவானா? இவன் பொண்டாட்டி புள்ள உருப்படுமா? இவன் பொண்ணு கழுத்தில் தாலி ஏறுமா? ஏறினாலும் தங்குமா?"

அப்பா திடுக்கிட்டுப் போனார்.

"ஏய்! என்னப்பா சொல்றே? குழந்தை குட்டிகளை எல்லாம் எதுக்கு இழுக்கறே? ஏதோ எனக்கும் முனியாண்டிக்கும் தகராறுன் னாக்கா, அதுக்கு அந்தக் கொழந்தை என்ன பண்ணும்? வாழப்போற பொண்ணைப்பத்தி இப்படியெல்லாம் நீ பேசவேகூடாது."

"நீங்க எப்பவும் இப்படித்தாய்யா. பாம்புக்குப் பால் வார்க்கற மாதிரி, களைக்கு உரம்போட்ட மாதிரி அயோக்கியர்களையே தேர்ந்தெடுத்து அவங்களுக்கு ஆறு வேளை சோறு கொடுத்து ஆதரிப் பீங்க. அந்தத் தெய்வத்துக்கும் கண் அவிஞ்சு போயிடிச்சு பாருங்க!"

"விடப்பா அதை" என்றார் அப்பா கண்டிப்புடன்.

முத்தம்மாவுக்கு ஆடி வந்தால் வயது பதினெட்டு நிறைகிறது. பருவம் மரங்களையே பூக்கச் செய்யும்போது மனிதர்களையா விட்டு வைக்கும். "நாகப்பழத்திலேயும் நல்ல கறுப்பழகி, ஈச்சம் பழத்திலேயும் இனிய கறுப்பழகி" என்று சொல்லத்தக்க விதத்தில் இருப்பவள். அவளை சேந்தமங்கலத்துப் பையன் சண்முகத்துக்கு நிச்சயிக்கப்பட்டிருந்தது. மாப்பிள்ளை வீட்டார் பெண்ணுக்கு நிச்சயதார்த்த சேலையும், நகையும்கூட பெண்ணுக்கு சீர் செய்தி ருந்தார்கள்.

ஒரு நாள் மாலை சண்முகம், தோப்பு வீட்டுக்கு வந்தான். வெளியே வாசலைப் பெருக்கிக்கொண்டிருந்த முத்தம்மா அவனைக் கண்டதும் வெட்கத்தால் கூச்சப்பட்டவளாய்க்கையில் இருந்த துடைப்பத்தை அப்படியே போட்டுவிட்டு ஒரு மானைப்போல குடிசைக்குள் ஓடி மறைந்தாள். மகளின் ஓட்டத்துக்கான காரணத் தைத் தெரிந்து கொள்பவன்போல தலையை வெளியே நீட்டின முனியாண்டி, சண்முகத்தைப் பார்த்ததும் வாயெல்லாம் பல்லாய்க் குழைந்தபடி வெளியே வந்தான்.

"வாங்க மாப்பிள்ளை. வாங்க..." என்றபடி தோளில் போட்டிருந்த துண்டை எடுத்து திண்ணையைத் தூசி தட்டி சண்முகம் உட்காருவதற்கான முஸ்தீபுகளில் ஈடுபாட்டான். சலனமில்லாமல் நின்றிருந்த சண்முகத்தை ஏறிட்டுப் பார்த்தான்.

சண்முகத்தின் முகத்தில் இருந்த கடுமையில் தன் சொந்த உற்சாகமே குன்றிப் போனவனாய், தாழ்ந்த ஸ்ருதியில் "என்ன மாப்பிள்ளை..." என்று தயங்கித் தயங்கி ஆரம்பித்தான்.

"நிறுத்துங்க அதை. என்னை மாப்பிள்ளை, மாப்பிள்ளைன்னு கூப்பிடாதீங்க. நான் இப்பவரைக்கும் உங்க மாப்பிள்ளையாகலை. இனிமேலும் ஆக மாட்டேன். அதைச் சொல்லிட்டுப் போகத்தான் வந்தேன்."

"என்ன. என்ன சொல்றீங்க மாப்பிள்ளை. கல்யாணப் பத்திரிகை எல்லாம் அச்சுக்குக் கொடுத்தாச்சு. இப்ப வந்து, என் தலையிலே இடியைப் போடறீங்களே."

"ஹும்... உங்க தலையிலே நான் ஏன் இடியைப் போடப் போறேன். தெய்வம்னு ஒண்ணு இருந்தா அது போடும். மிதிச்சா புல்லு சாவாதுங்கற மாதிரி தர்மாத்மா அந்தப் பெரியவரு. அவர் மேலே எப்பேர்ப்பட்ட அபாண்டத்தை சுமத்தினே? அவர் சாபம் தர மாட்டாரு. ஆனா, ஊர் கூடிப் போடற சாபம் பலிக்காமயா போயிடும்? அதெல்லாம் எனக்கு எதுக்கு வீண் பேச்சு?"

விடுவிடுவென்று வெளியேறினான் சண்முகம். அவன் போவதையே பார்த்துக்கொண்டு உயிரற்று நின்றாள் முத்தம்மா. அவனுடனே அவள் கண்ட அத்தனை கோடிக் கனவுகளும், அவளுடைய எதிர்காலமும், நல்வாழ்வும் விடைபெற்றுப் போவதுபோலப் பட்டது அவளுக்கு. "எனக்கு மட்டும் எங்கப்பா செஞ்சது பிடிச்சா இருக்கு. எந்த நேரம் இந்த நரகத்துல இருந்து வெளியேறலாமுன்னு இருந்தேனே. என் நெனைப்பெல்லாம் மண்ணாயிடுச்சே. ஒருமுறை கல்யாணம் வரை போய் முறிஞ்சு போச்சுன்னு கேள்விப்பட்டா என்னை வேறு யாரும் வந்து கட்டிக்க மாட்டாங்களே. காலத் துக்கும் இங்க இருந்து இவங்க உப்பைத் தின்னுக்கிட்டு இருக்கறதைவிட செத்துத் தொலையறதே மேல்."

ஆற்றுத் திருவிழாவின்போது இந்தச் செய்தி அப்பாவுக்கு எட்டியது. கட்டுச் சாதம் கட்டிக்கொண்டு ஆற்றங்கரை மணலில் அப்பாவும் அம்மாவும் கிருஷ்ணமூர்த்தியும் சிற்றன்னம் உணவு அருந்திக்கொண்டிருந்தார்கள். செய்தியைக் கேட்டதும், சாப்பிடுவதைச் சட்டென்று நிறுத்திவிட்டார் அப்பா.

"என்ன பாவம்ப்பா இது? அய்யய்யோ. கல்யாணம் ஒரு தடவை நிச்சயமாகி நின்னு போனா அந்தப் பொண்ணை யாரும் கட்ட மாட்டாங்களே. அய்யோபாவம்" அப்பா மிகவும் விசனப்பட்டார்.

அம்மாவுக்கு வந்ததே எரிச்சல்.

"கொஞ்சம் யோசனையோடதான் பேசுங்களேன். அந்தப் பாவி உங்களுக்குச் செஞ்ச தீம்பைக் கொஞ்சம் நெனச்சுப் பாருங்க. எப்பேர்ப்பட்ட அபாண்டத்தை உங்க மேலே சுமத்தினான். அதுக்கு கடவுள் கொடுத்த தண்டனை இது."

"அப்படிச் சொல்லாதம்மா. நாம்ப அப்படிச் சொல்லக்கூடாது. முனியாண்டி அப்படி என்ன பெரிய தப்பை எனக்குப் பண்ணிட்டான். பத்து வருஷம் நமக்காக உழைச்சவன்தானே அவன். ஏதோ பணத் தேவை, நெருக்கடியிலே அவன் புத்தி அப்படிப் போயிடுச்சி. இதுக்குப் போய் கடவுள் அது இதுன்னு சொல்லாதே. கடவுள் ஒரு நாளும் மனுஷர்களை அழப்பண்ண மாட்டார். அவருக்கு அதுவா வேலை? எனக்கென்னவோ மனசு குறுகுறுங்குது. இப்படியெல்லாம் ஆகறதுல என்னோட பங்கும் இருக்குதோன்னு தோணுது" அப்பா அழுதுவிடுவார்போல இருந்தது.

கிருஷ்ணமூர்த்தி சாப்பிடுவதை நிறுத்திவிட்டுச் சொன்னான்: "அப்பா நீங்க கவலைப்படாதீங்க. அந்தப் பொண்ணை நான் ஏத்துக்கறேனே! எனக்கும் நீங்க எத்தனியோ எடங்களிலே பொண்ணு பாத்துக்கிட்டுதானே இருக்கறிங்க. உங்களுக்கு ஆட்சே பணை இல்லைன்னா நானே அந்தப் பொண்ணைக் கட்டிக்கறேன்."

நீண்ட நாட்களுக்குப் பின்னர் அப்பாவின் முகத்தில் ஆனந்தம் தாண்டவமாடியது. அது புதையல் எடுத்தவன் முகத்தில் தோன்றும் ஆனந்தம்.

2012

மிதிப்பாளர்கள்

இன்றுதான் என் மனம் மிகவும் மகிழ்ச்சியாக இருக்கிறது. பெரிய கவலையாக இருந்த ஒரு விஷயம் சட்டென்று சுலபமாகி, அது கவலையே இல்லை ஒரு சுபமான திருப்பமே என்றானால், எப்படி இருக்கும்? அப்படி இருக்கிறது எனக்கு.

செல்விக்குக் கல்யாணத்தை முடித்துவிட வேண்டும் என்று லட்சுமி பேச ஆரம்பித்து நாலைந்து வருஷம் இருக்குமா? இருக்கும். பெண்ணுக்கு வயசு பதினெட்டைக் கடந்தால், தாய்மார்களுக்குக் கவலை வந்துவிடுகிறது. இருபதைக் கடந்துவிட்டாலோ மனசுக்குள் பயம், பீதி, சீக்கிரம் நல்ல மாப்பிள்ளையாக அமையவேண்டுமே என்கிற மன நமைச்சல். சதா சர்வநேரமும் அதே நினைவு. வீட்டுக்கு வருகிற கல்யாணப் பத்திரிகையைப் பார்த்தால், சொல்ல முடியாத ஏக்கம். தம் பெண்ணுக்கு, ஒரு நல்ல வரன் திகையவில்லையே என்கிற ஆற்றாமை.

லட்சுமியின் கவலையும் அர்த்தமற்றது என்று இன்று தீர்மான மாகிவிட்டது. ஏன், என் கவலையும்தான். செல்விக்கு நல்ல மாப்பிள்ளை கிடைத்து இருக்கிறான். திடீரென்று வெளியில் இருந்தல்ல. அவன் என் பக்கத்திலேயே நாலைந்து வருஷமாகவே இருக்கிறான். நேற்றுவரை என் கம்பெனியின் நிர்வாகியாக இருந்தான். அப்படித்தான் அவனைப் பார்த்தேன். இன்றுதான் அவனை என் குடும்பத்தில் ஒருவனாகப் பார்த்தேன். செல்விக்கு அவன்தான் என்று அந்தக் கணத்தில் தோன்றியது. என் மனம் அமைதியில் ஆழ்ந்தது. நிம்மதி என்பது

ஒரு பரவசம். அனேகமாக அதனையும்விட ஆத்மார்த்தமாக வேறு எது இருக்க முடியும்?

பிரச்சனை என்னவென்றால், செல்வி ஒரு புத்திசாலிப் பெண். புத்தி இருப்பதே, ஒரு பிரச்சனைதான். குறிப்பாக, இந்த தேசத்தில் செல்வி, கார்ப்பரேஷன் பள்ளியில்தான் படித்தாள். அந்தக் காலத்தில் என் வாழ்க்கை வசதி அந்த அளவுக்குத்தான் இடம் கொடுத் தது. யோசிக்கும் திறனும், எதையும் கூர்ந்து நோக்கி அதன் மறு பக்கத்தையும் விளங்கிக்கொள்ளும் ஆற்றலும்கொண்ட பெண்கள் அல்லது ஆண்கள் எந்தப் பள்ளியில் படித்தால்தான் என்ன? பள்ளி இறுதி வகுப்பில், மாநிலத்தில் முதல் பத்துப் பேரில் ஒருத்தியாக வந்தாள். அவள் கல்லூரியிலும் அப்படித்தான் மிளிர்ந்தாள். அவள் அறிவு வளர்ந்தது ஒரு பிரச்சனை இல்லை. கூடவே, அவளுக்கு என்று சில குணங்களும் போக்குகளும் வளர்ந்ததுதான் பிரச்சனை. எல்லாரும் எம்.பி.ஏ. படிப்பதுதான் இன்றைய மோஸ்தர் என்று சொன்னாலும், நான் தத்துவம்தான் படிப்பேன் என்று முடி வெடுத்துச் சொன்னாள் அவள்.

"தத்துவம் எல்லாம் ஒரு படிப்பா, அம்மா?" என்றேன் நான். அவள் அதற்கு, "எனக்குப் பிடித்ததைத்தானே அப்பா நான் படிக்க முடியும்? உங்களுக்கோ, மற்றவர்களுக்கோ பிடித்ததை நான் படிக்க முடியுமா?" என்று கறாராகச் சொன்னாள். அதற்குமேல் நான் என்ன பேச முடியும்?

ஒற்றைக்கு ஒரு பெண். நானும் லட்சுமியும் கண்ணுக்குள் வைத்து அவளைப் பாதுகாத்து வருகிறோம். பரந்து விரிந்த சொத்து. பெரிய புத்தகப் பதிப்பாளன் என்கிற மரியாதை. சுமார் ஆயிரம் புத்தகங்களுக்கும் மேலாகப் போட்டாயிற்று. இத்தனை சொத்துகளையும் கட்டி ஆளவேண்டிய பெண்.

இதுதான் என்னுடைய கவலை.

பார்க்கலாம்.

24.12.1993

என் கவலை தீர்ந்துவிடும்போல் இருக்கிறதே...

பழமொழி சொல்வார்களே. வெண்ணெய்யைக்கையில் வைத்துக்கொண்டு நெய்க்கு அலைவதாக, அப்படித்தான் இருந்தது என் போக்கு. சுதாகர் என்கிற இளைஞன் என்னிடம் வேலைக்கு, அதுவும் என் அடுத்த ஸ்தானத்தில் இருக்கிறான் என்பதையே மறந்து இருந்துவிட்டேன் பாருங்கள். அதுதான் வேடிக்கையாக

இருக்கிறது எனக்கு. கல்லூரியை முடித்த கையோடு என்னிடம் வந்தவன். ஐந்து வருடங்கள் இருக்குமா? இருக்கும். அதற்குள், என்ன சுறுசுறுப்பாய் வேலையைக் கற்றுக்கொண்டான். நான் நினைப்பதை அவன் சொன்னான். நான் செய்ய விரும்புவதை அவன் செய்து முடித்தான். மலையைக் கரைப்பது என்பார்களே, அதுமாதிரி, மிக முக்கியமான எழுத்தாளர்களையெல்லாம், என் பதிப்பகத்தின் பக்கம் இழுத்து வந்தவன் அவன்தானே? என்ன குறளிவித்தை பண்ணுவானோ, என்ன மாயமந்திரம் பண்ணுவானோ பெரிய பெரிய எழுத்தாளர்களையெல்லாம், அதாவது விற்பனை அதிகம் ஆகிற எழுத்தாளர்களையெல்லாம் என் பக்கம் இழுத்து வந்தவன், அவன்தானே! சுந்தரம் முப்பது வருடமாக எழுதுகிற பேர் வழி. அவருக்காகவே ஒருத்தன் பதிப்பகம் நடத்துகிறான். சுந்தரம் புத்தகத்தை மட்டுமே போட்டுக்கொண்டிருந்தான் அவன். அந்த என் எதிரியிடமிருந்து, சுந்தரத்தைப் பிரித்துக்கொண்டு வந்துவிட்டானே!

ஒருநாள் பார்க்கிறேன்; சுந்தரம் என் முன்னால் அமர்ந்துகொண்டு, "சார். என் புத்தகங்களை இனி நீங்கள்தான் போடுகிறீர்கள். "ராயல்டி" என்ன என்பதை நீங்களே முடிவு பண்ணுங்கள்! என்றான். மறுவார்த்தை பேசவில்லை. நான் செக் புத்தகத்தை எடுத்து பத்தாயிரம் ரூபாய்க்கு ஒன்றை வெட்டி அவரிடம் கொடுத் தேன். அவர் பிறந்தநாளைத் தெரிந்துகொண்டு, அந்த நாளில், ஒரு "பிளாங்க்" செக் கொடுத்தேன். விடிந்தால் புதுவருடம் என்றால், முந்தின நாள் இரவு 12.01 மணிக்கு, கதவைத் தட்டி பணம் கொடுத்தேன். மனிதனைக் கட்டிப்போடவில்லை. அவருக்கும் வால் இல்லை. மனிதர், விசுவாசத்தின் மறுபிறவியாக அல்லவா மாறி விட்டார்!

பையன் சாமர்த்தியக்காரன்தான். அது மட்டும் அல்ல; நான் அவனைத் தேர்ந்தெடுத்ததற்கு. ஒருநாள் மதியம், என் அலுவலகத் துக்கு செல்வியும் அவனும் காரில் வந்து இறங்கியதைக் கண்டேன். செல்வியும் அவனும் வாசலிலேயே நீண்ட நேரம் பேசிக்கொண்டிருப்பதைக் கண்டேன். செல்வி சிரித்தபடி அவனுடன் பேசிக்கொண் டிருப்பதையும் கண்டேன். அந்த நிமிஷத்தில் என் மனசுக்குள் அந்த வித்து விழுந்தது.

திறமையான பையன். இந்த ஸ்தாபனத்தைப் புகழின் உச்சிக்குக்கொண்டு செல்லக்கூடியவன். இதுபோன்ற பையன்கள், அடிக்கடி ஸ்தாபனங்களை மாற்றிக்கொள்ளக் கூடியவர்களாக

இருப்பார்கள். நிறைய பணம் பண்ண வேண்டும் என்ற எண்ணத்தில் இருப்பவர்களாகவும் இருப்பார்கள். அவர்களைக் கட்டிப் போடுதல் என்பது நடவாது. என்ன, எதற்கும் கட்டுப்படாமல் ஒரு மனிதன் இருக்க முடியுமா? மண், பெண், பொன் என்பது மட்டும்தானா ஆசா பாசம்? எதற்கும் ஆசாபாசம்? எதற்கும் கட்டுப்படமாட்டேன் என்கிற நினைவும்கூட ஆசாபாசம்தான். இந்தப் பெண்ணைக்கொண்டு அவனைக் கட்டிப்போட்டால் என்ன?

அறிவான பெண், பணத்தோடு, உத்தியோகத்தோடு, சகல சௌகரியங்களோடும் வந்தால் யார்தான் வேண்டாம் என்று மறுப்பார்கள்?

சுதாகரைப் பற்றி விசாரணை செய்ய ஏற்பாடு செய்திருக் கிறேன். பொறுத்திருந்து பார்ப்போம்.

1.1.1994

சுதாகரைப் பற்றிய தகவல் இன்று வந்து சேர்ந்தது.

கிராமத்துப் பையன். கல்லூரிப் படிப்பில், சுமாராகத் தேறிய வன். அப்பாவும் அம்மாவும் சின்னத் தங்கையும் கிராமத்து வீட்டில் வாசம். பையன் ஒழுங்காகப் பணம் அனுப்பிக்கொண்டிருக் கிறானாம் வீட்டுக்கு. பொறுப்பை உணர்ந்த பையன் என்பதால், இது அவன் விசேஷம்.

குடிப்பழக்கம் இல்லையாமாம். ரொம்ப நல்லது. எப்போ தாவது சிகரெட் பிடிப்பானாம். அதுவும் நல்லது. சிகரெட் (எப்போ தாவது) பிடிப்பது நாகரிகத்தின் அடையாளம்தான். சிறு பையன். ஆகவே, பொம்பளை சேஷ்டைகள் ஏதேனும் இருக்குமா என்றால், அந்த வகையில் அப்பாவி என்கிறார்கள். ரொம்ப சந்தோஷம். இந்தப் பையனையே முடித்துவிடுவதுதான் சரி என்று இன்று முடிவெடுத்தேன். லட்சுமிக்கும் பூரண சம்மதம்தான்.

செல்வியிடம் இதை எப்படிச் சொல்வது. சரியான நேரம் பார்த்துச் சொல்ல வேண்டும்.

5.1.1994

அப்பா இன்று என்னிடம் பேச ஆரம்பித்தார். சீரியசாக எதையோ சொல்லப் போகிறார் என்று நான் அனுமானித்து விட் டேன். அப்பா முக்கியமாக எதையாவது பேசுகிறார் என்றால், அந்த "மூடை"க் காலையில் இருந்தே உருவாக்கிக்கொண்டிருப்பார்.

“இன்னிக்குச் சாயங்காலம் ஏதாவது புரோகிராம் இருக்காம்மா” என்பார்.

“ஏம்பா?”

“நாலு மணியில் இருந்து ஏழுவரைக்கும் ஃபிரீ பண்ணிக்கோ.”

“சரிப்பா”

இன்றும் அப்படித்தான் நடந்தது. கேட்டார். நானும் சரி யென்று சொன்னேன். சாயங்காலம். அப்பா என்னை அழைத்துக்கொண்டு ஓட்டலுக்குச் சென்றார். விஸ்கிக்கு ஆர்டர் கொடுத்து விட்டு, எனக்குச் சாப்பிடச் சொல்லிவிட்டு எதையோ ஆரம் பித்தார்.

“அம்மாவுக்கு உன்னைப் பற்றிய கவலை.”

“எதுக்குக் கவலைப்படனும்?”

“உன் கல்யாணத்தைப் பற்றித்தான்.”

“அது என் பிரச்சனை. அம்மா எதுக்குக் கவலைப்படனும். உங்களுக்குக் கவலை இருக்காப்பா?”

“எனக்கும்தான். உனக்கும் வயசு ஆகிட்டு இருக்கே. நீ யாரை யாவது “லவ்” பண்ணியிருந்தா, எனக்குக் கவலை இருந்திருக்காது. அத்தோட, நீ விரும்புகிற பையனுக்கே உன்னைக் கல்யாணம் பண்ணி வச்சுட்டிருப்பேன். அதனாலே.”

“அதனாலே.?”

“உனக்கு மாப்பிள்ளை பார்க்கிற பொறுப்பையும் நானே எடுத் துக்கலாம்னு தோணிச்சு.”

நான் சாப்பிட்டவாறு இருந்தேன். அப்பா விஸ்கியைக் கொஞ்சம் கொஞ்சமாக அருந்திக்கொண்டிருந்தார்.

நான் கேட்டேன். “ஏதானும் முடிவு பண்ணி இருக்கீங்களா அப்பா?” “முடிவு பண்ண மாதிரிதான்.”

“யார் அது?”

“சுதாகர்தான்.”

“எந்த சுதாகர்?”

“நம்ம கம்பெனி சுதாகர்தான்.”

அப்பா ரொம்ப நாழிகைக்குப் பிறகு கேட்டார்.

“உனக்கும் சம்மதம்னு நினைக்கிறேன்.” “சுதாகர் ஏதாவது உங்ககிட்டே பேசினாரா?”

"சேச்சே, அவன் பேசவில்லை. நானாத்தான் கேட்கிறேன்." நான் பேசாமல் இருந்தேன். அப்புறமாக அப்பா கேட்டார்.

"உன் யோசனை என்னம்மா?"

"பிறகு சொல்றேன்." அப்பா கெஞ்சும் குரலில் சொன்னார்.

"நான் ரொம்ப யோசிச்சுட்டேன். எல்லா வகையிலும் அது சரியான சம்பந்தம்னு எனக்குத் தோணுது. அம்மாவுக்கும் இஷ்டம்தான்" என்று சொல்லிக்கொண்டே வந்தவர், பயம் உந்த, எங்கே நான் எதிராக ஏதாவது சொல்லிவிடுவேனோ என்கிற பயத்தில், "சரி சரி. நீ அப்புறமாகவே உன் முடிவைச் சொல்லு" என்றார்.

12.2.94

அப்பா இன்று மீண்டும் என்னை நினைவுபடுத்தினார். "என்னம்மா, யோசிச்சியா. உன் முடிவு என்ன?" என்றார்.

"இன்னும் இரண்டு நாள்லே சொல்றேம்பா" என்றேன்.

"சரி. சரி..." என்றார்.

முதலில் இதைப்பற்றி சுதாகருடன் பேசுவது சரியாக இருக்குமோ என்று தோன்றியது. ஆம். அதுதான் சரி என்று முடி வெடுத்தேன்.

14.2.94

இன்று சுதாகருக்குப் போன் செய்தேன். "யார்?" என்றான் சுதாகர்.

"செல்வி."

"செல். ஓ... என் சின்ன முதலாளியா?"

"அப்படியும் சொல்லலாம்."

"என்ன செய்ய வேண்டும் நான்."

"இன்று மாலை, என்னை நீங்கள் சந்திக்க வேண்டும்."

"எங்கே."

இடம் சொன்னேன். சொன்ன நேரத்தில் சொன்ன இடத்தில் என்னை அவன் சந்தித்தான். நேராகவே விஷயத்துக்கு வந்தேன்.

"மிஸ்டர் சுதாகர், என்னைத் திருமணம் செய்துக்கணும்னு உங்களுக்கு எண்ணம் இருக்கா?"

"முதலாளிக்கு அந்த எண்ணம் இருக்கும். சுத்தி வளைச்சு என் அபிப்பிராயத்தைக் கேட்டார். நான் எனக்கு ஆட்சேபணை

பிரபஞ்சன் | 139

இல்லைன்னு சொல்லிட்டேன். உங்களுக்கும் அந்த எண்ணம் இருக்கும்கிற எண்ணத்திலதான் அப்படிச் சொன்னேன்."

"பரவாயில்லை... அது தப்பில்லை. ஆனால், தயவு செய்து என்னைத் தவறாக நினைக்கக்கூடாது. ஒன்று சொல்லட்டுமா?"

"சொல்லுங்க."

"எனக்கு இந்தத் திருமணத்தில் இஷ்டம் இல்லை."

அவன் அமைதியாக இருந்தான். அப்புறம் சொன்னான். "ஏன்னு தெரிஞ்சுக்கலாமா?"

"அபிப்ராய வித்தியாசம்தான். நீங்கள் ஒரு நல்ல, சுறுசுறுப்பான பிசினஸ்மேன். உங்களால பலவும் பண்ண முடியும். சமூகத்தில ஜெயிச்சவரா இருப்பீங்க. எல்லாம் சரி. ஆனா, எந்த மதிப்புகளும் உங்களுக்கு இல்லை. ஐ மீன் வால்யூஸ். சுந்தரம் மாதிரி பெரிய எழுத்தாளரை, நீங்கள் மடக்கின விதம், நிச்சயம் ஆபாசம். ஆமாம். அது ஆபாசம். ஆபாசம்னா, ஆண் பெண் விஷயத்தில் மட்டும் இல்லை. அழகுக்கும் நேர்மைக்கும் விரோதமா இருக் கிறதெல்லாம் ஆபாசம்தான். எப்படியாவது எதைச் செய்தாவது, பணம், புகழ், செல்வாக்கு சம்பாதிக்கிறதுங்கறது உங்களுக்கு வாழ்க்கையா இருக்கு. நான் வேறமாதிரி, எதைச் செய்தாலும், அதில நேர்மை இருக்கணும்; நியாயம் இருக்கணும். லட்சம் பேருக்கு முன்னால, நான் இதுக்காக இதைச் செய்தேன்னு சொல்ற நேர்மைத் திறம் இருக்கணும். நாம் இரண்டு பேரும், ஒரு கூரைக்குக் கீழே வாழ முடியாது."

"மேடம், இதெல்லாம் பிசினஸில் பார்ட் ஆப் தி கேட்தானே? அதுல என்ன தப்பு?"

"சுந்தரம், அன்னபூரணி போன்ற எழுத்தாளர்களை நீங்கள் விளம்பரப்படுத்திய விதம், ரொம்பக் கேவலம். ஒரு விஷயத்தை ரொம்ப அவமானத்தோடதான் உங்ககிட்டே சொல்றேன். சுந்தரத் தைப் பணத்தைக் காட்டி மட்டும் நீங்க இழுக்கலை. அதுக்காக நீங்கள் பயன்படுத்தின தந்திரம் ரொம்பக் கேவலம். இப்போதுதான் நாங்கள் பொது வாழ்க்கைக்கு வந்திருக்கோம். இப்போதுதான், எங்களோட முகம் சமூகத்துக்கே தெரிய ஆரம்பிச்சிருக்கு. நாங்க 99 பேரு. போராடிக்கிட்டு இருக்கோம். ஒரே ஒரு அன்னபூரணி, எந்த வழியிலயோ, எழுத்தாளர்னு பேர் வாங்க உங்களைப் போன்ற சில பேர் ஒத்துழைக்கறாங்க. நீங்களே, அவருக்காக ஆளை வச்சு எழுதி, பாவம், அந்த அம்மா பேர்ல போடறீங்க!

இந்த ஊழல் உங்களுக்கும் தெரியும். எனக்கு எழுதத் தெரியாது. ஆனா, அது உசத்தியான பணின்னு தெரியும்.

தவிரவும், நீங்க மேனேஜரா வந்த பிறகு, உங்க முயற்சியில நீங்க போட்ட புத்தகங்கள், பெண்டாட்டியை இன்பத்தின் உச்சிக்கு எடுத்துச் செல்வது எப்படி, விடுதி மாணவ மாணவிகளின் ரகசியப் பழக்கங்கள்.போதும்னு நினைக்கறேன். எனக்கே கூச்சமா இருக்கு."

"நீங்க சொல்றது சரி. விக்க வேண்டாமா? பணமும் தேவை தானே?"

"நிச்சயமா, பணம் தேவை. அதுக்காக, யாரை மதிக்கிறது. எதைச் செய்யறதுன்னு இருக்கில்லையா? சுந்தரம், அன்னபூரணியை விக்கலைன்னா, செத்தா போயிடுவீங்க. அப்படிச் செத்தாலும் தப்பு இல்லை. சுதாகர், பணம் தேவைதான். அதுக்காக, நீங்க என்னையும் வித்துப் பிழைக்கமாட்டீங்கன்னு என்ன நிச்சயம்?"

"சேச்சே, என்ன பேச்சு இது?"

"மன்னியுங்கள். புத்தகம் பதிப்பித்தல் ஒரு நல்ல தொழில். அதையும் கெடுக்கிறீர்கள். பெண்களின் மரியாதையையும் கெடுக் கிறீர்கள். ஒரு கலர் போட்டோ காட்சியை மகிமைப்படுத்த 99 பெண்களைச் சிறுமைப்படுத்தறீங்க. உலகத்துப் பொம்பளைகள் எல்லாம், ஆம்பளைக்கு ஏங்குகிறதா எழுதுகிற சுந்தரங்கிற பொறுக் கியை ஊக்கப்படுத்துறிங்க. இவ்வளவு இழிவான ஒருத்தரை நான் எப்படிக் கல்யாணம் பண்ணிக்கிறது சொல்லுங்க. ஐ ஆம் சாரி." அவன் மெதுவாகச் சொன்னான்,

"நீங்கள் சொல்றது சரிதான் மேடம்."

"சுதாகர், நான் உங்க மேல் சொன்ன எல்லாக் குற்றமும், என் அப்பாவுக்கும் பொருந்தும், அவரிடமும் இதை நான் சொல்லு வேன்."

சொன்னேன்.

2.3.94

அப்பா அதிர்ச்சி அடைந்தார். ரகசியத்தில் நடந்தாலும், தவறு தவறுதான். அந்த இழி தொழிலின் பங்குதாரனை நான் என் துணைவனாக ஏற்க முடி யாது. அதை அப்பா சொன்னாலும் சரி, வேறு யார் சொன்னாலும்சரி

6.4.94

அப்பா, பதிப்பகத்தை மூடிவிட உத்தேசிப்பதாகச் சொன்னார். "வேண்டாம்" என்றேன்.

"ஏன்? "

"அதை நான் நிர்வகிக்கிறேன். நல்ல புத்தகங்களை நான் பதிப்பு செய்கிறேன். எனக்கு மக்கள்மேல் நம்பிக்கை இருக்கிறது. அந்த அளவுக்கு மக்கள் கெட்டுவிடவில்லை" என்றேன்.

அப்பா கண்களில் பெருமிதம் தெரிந்தது.

2013

வனமல்லி

அரை மூட்டை அரிசியைத் தூக்கி, அனாயாசமாக இடுப் பில் வைத்தாள் வனமல்லி. கடைக்கார நாடார் ஆச்சரியப்பட்டார். இந்தக் காலத்துப் பெண்களுக்கு இடுப்பும் இருந்து, அதிலே அரை மூட்டை அரிசியை வைக்கிற பெலமும் இருக்கிறதே, என்னடா கூத்து இது!

"அம்மா, என்னத்துக்கு உனக்குச் சிரமம்? கடைப் பையன் வந்துடுவான். வந்ததும், அவனண்டை கொடுத்து அனுப்பிடறேனே. போலீஸ்காரு கோப்பையன் சம்சாரம்தானே, தாயி, நீ கையை வீசிட்டுப் போவியா? இதென்னத்துக்கு சுகக்கேடு?" என்றார் நாடார். அவர் நல்ல எண்ணத்துடன்தான் சொன்னார். மேலும், போலீஸ்காரன் தயவும் சுமுகமும் தேவையாகத்தானே இருக்கிறது, சமயா சந்தர்ப்பங்களில்? வனமல்லி, நாடாரைத் திரும்பிப் பார்த்தாள்.

"இதெல்லாம் ஒரு சுமையா? இதுக்கோசரம் ஒரு பையன் வரணுமா? ஒரு முழு மூட்டையை, வண்டிப் பாளையத்திலேந்து, புதுச்சேரி வரைக்கும் ஒண்டியா சுமந்தவளாக்கும் வனமல்லி." என்றபடி, காலை விசிறிக்கொண்டு நடக்கத் தொடங்கினாள் அவள். மண்ணில் ஊன்றி, அழுந்தி, நடக்கும் அந்த அகன்ற பாதங்களும், முறம் போல் முதுகும், இடுப்புக்கு மேல் அவசரமாக இறங்கி விழுந்த சரிவும், அந்தப் பொம்பிளையின் பெலத்தைச் சொல்லின.

வனமல்லி பாதுகாப்பான தூரத்துக்குப் போனதும், நாடார், சரக்கு வாங்க வந்தவளிடம் சொன்னார்,

பிரபஞ்சன் | 143

“கோப்பையன், பிடிச்சாலும் பிடிச்சான், புளியங்கொம்பாக அல்லவோ பிடிச்சிருக்கான். கூட்டிக்கிட்டு வந்து ஒரு வாரம் இருக்கு மாய்யா? அதுக்குள்ளே கடைத்தெரு என்ன, சரக்கு வாங்கினது என்ன, தூக்கி இடுப்பிலே வச்சுக்கிட்டு நடக்கிறது என்ன. ஊஹம். சரியான பட்டி சிறுக்கி.” என்று கடைசிப் பகுதியை மட்டும் முழங்கியபடி சொன்னார்.

“யாரு, பிசாசு கோப்பையன் பெண்ஜாதியா?”

“ஆமாம். பாரேன், அந்தப் படுவானுக்கு இப்படி ஒரு பெண் டாட்டி. கடவுள்கூட, வரவர நியாயம் தப்பி நடக்கிறாரப்பா. ஊர்த் தாலி ஒண்ணு இல்லாம அறுக்கிற கடன்கார நாயி, காக்கிச் சட்டையைக் காட்டியே பணம் பிடுங்கிய ராஸ்கோல். அவனுக்குப் போயி, இப்படி அறுத்து வச்ச மைனூர்ப்பாகு மாதிரி குறைசல் வழிசல் இல்லாத பொம்மனாட்டி...” என்று மிகுந்த குறையோடு சொன்னார் நாடார். கொஞ்சம் போனால் அழுதுவிடுவார் என்று தோன்றியது. மனிதர்களுக்குத்தான் எத்தனை ஆதங்கங்கள்?

வனமல்லி அரைப் பர்லாங் போயிருக்க மாட்டாள். ஒரு குதிரை வண்டிக்காரன் அவளை வழிமறித்தான். வரிசையாக குதிரை வண்டிகள் அணிவகுத்து நின்றன. அந்த வண்டி மேட்டில், ஏதோ போர்க்களத்தில் நிற்பது மாதிரி ஒரு ஒழுங்கில், அவை நின்றன. குப்பென்று முகத்தில் வந்து அழுந்திய புல்லின் மணம், அந்தச் சூழ்நிலையில் விசேஷத்தை உணர்த்தியது.

“ஏறுங்கம்மா, வண்டியிலே. நீங்கள்ளாம் நடக்கலாமா? அதுவும் இத்தனை சுமையைத் தூக்கிக்கிட்டு. ஏறுங்க.”

“பரவாயில்லை, இதோ நாலு எட்டுல, வீடு வந்துடும். இதுக்குப் போயி வண்டி எதுக்கு?”

“ஐயையோ. நீங்க ஏறித்தான் ஆகணும். நாளைக்குப் போலீஸ் காரருக்கு யார் பதில் சொல்றது? என் பொண்டாட்டி சுமந்து போறதைப் பார்த்துக்கிட்டு நின்னுயாடான்னு கேட்டா, நான் என்ன பதில் சொல்றது சொல்லுங்க? ஏறுங்கம்மா.”

இன்னும் தாமதித்தால், வண்டிக்காரன் கையைப் பிடித்து இழுத்துவிடுவான் போல் இருந்தது வனமல்லிக்கு. மூட்டையை வண்டிக்குள் போட்டுவிட்டு அமர்ந்தாள். குதிரை நடக்க, வண்டி யின் கூட்டுக்குள் தலை இடித்தது. காய்ந்த புல்லின் வாசமும், குதிரையின் வாசமும், எல்லாவற்றையும்விடவும் தம் புருஷனின் பெருமையும், அதன் காரணமாகத் தனக்குக் கிடைக்கும்

வரவேற்பும், அவளைக் கிறங்க அடித்தன. போலீஸ்காரனுக்கு வீடு தேடி வந்து அவளைப் பெண் கேட்டபோதே, எல்லோரும் சொல்லவே செய்தார்கள்.

“வனமல்லி, அதிர்ஷ்டக்காரிதான். பாருமே. போலீஸ்கார னுக்குப் பொண்டாட்டி ஆகப்போறா. அதுவும் வெள்ளைக்கார துரையண்டையிலே மாப்பிள்ளைக்குச் சேவகமாம். அதிர்ஷ்டத்தை சொல்லு” என்றார்கள் அக்கம் பக்கத்துப் பெண்கள். அவள் காது கேட்கவே பேசிக்கொண்டார்கள். அந்தக் குரலில் கொஞ்சம் பொறாமையும் இருந்ததாக அவளுக்குத் தோன்றியது. அது அவளுக்கு சந்தோஷமாக இருந்தது.

கோப்பையனைக் கட்டிக்கொண்டு வந்து மாசம் இன்னும் ஒன்றுகூட ஆகிவிடவில்லை. பெரிய மீசை அவனுக்கு பயங்கரமாக இருந்தது. ஆனால், உத்தியோக லட்சணம் அது என்று அவளுக்குத் தோன்றியது. கொஞ்சம் கடுமையாக நடந்துகொண்டான். வேலைக் காரியைவிடவும் மோசமாக ஏவினான். எல்லாம் “ஆம்பிளை லட் சணம்” என்று நினைத்து மனம் பூரித்தாள் அவள். சும்மாவா பின்னே? குளம் வெட்டிக் கூலி வாங்குகிறவன்கூட, பெண்டாட் டியை ஏவுகிறான். வெள்ளைக்கார துரையண்டையிலே சேவகம் செய்கிறவர், வேறு எப்படி இருப்பாராம்? சரக்குக்குத் தகுந்த முறுக்கு.

கூடமை முடித்துத் திரும்பும்போது, கோப்பையன் மிக உற்சாகத்துடன்தான் திரும்புவது வழக்கம். அப்படித்தானே இருக்க முடியும். திருமணம் ஆகி, ஒரு மாதம்கூட நிறையாத மணமக்கள். மூலைக் கடை ராவுஜி ஓட்டல் அல்வாவும் முந்திரிப் பகோடாவும், ரெட்டை மல்லிப் பூவுமாக வருவான். இந்த ரெட்டை மல்லிக் குத்தான் என்ன வெறித்தனமான வாசனை? நரம்பைச் சுண்டும் வாசனை. மணக்க மணக்கக் குழம்பு வைத்திருப்பாள் வனமல்லி. கைராசி அபாரம் அவளுக்கு. மாமி, நாத்தி, குஞ்சு குளுவான்கள் இல்லாத வீடு. அவர்கள் இரண்டு பேர் மட்டும்தான். சாப்பிட்டு வந்தால் கோப்பையன் கேட்பான்.

“இந்த ரெண்டு மல்லியிலே, எந்த மல்லிக்குக் கூடுதல் வாசனை?” என்பான்.

“ரெண்டா? ஏது?”

“இந்த மல்லியும், அந்த மல்லியும்” என்பான். “அவளுக்குச் சிரிப்பு சிரிப்பாய் வரும். உரக்கவே சிரிப்பாள். யாரும் இல்லாத வீடு. சுயேச்சைக்குக் கேட்பானேன்?”

இப்போதெல்லாம் அந்த உற்சாகத்தைக் காணோம். பொதுவாக, ரெண்டு மூன்று வார்த்தைகள் மட்டுமே பேசுவான் அவன். அந்த ரெண்டு மூன்றும்கூட இப்போது குறைந்துபோய் விட்டது. கோப்பையன் அன்று மிகவும் சோர்வாக வந்திருந்தான்.

நள்ளிரவைத் தாண்டியிருந்தது நேரம். இரண்டு தினங்களுக்கு முன் போனவன், அப்போதுதான் திரும்பியிருந்தான்.

தட்டை எடுத்து வைத்தாள் வனமல்லி. அவன் குனிந்தபடி சாப்பிடத் தொடங்கியதும் அவள் கேட்டாள்.

"என்ன சமாச்சாரம்? சொல்லலாம்னா, சொல்லுங்க."

அவன் மெதுவாக விவரித்தான்.

"ரொம்பக் கேவலம் நடந்துடுச்சு. ராத்திரி பதினோருமணி இருக்கும். ஒரு சாவு ஊர்வலம். சங்கு முழக்கிட்டு வந்துச்சு. என்னடா, அர்த்தராத்திரியிலே ஊர்வலமான்ட்டு நாங்க 'டேசனை' விட்டு வெளியே வந்தோம். ஏட்டு மட்டும்தான் உள்ளே இருந்தார். அவரும் வேடிக்கை பார்க்க வெளியே வந்துட்டாரு.

யாருய்யா அது காலம் பண்ணிப் போனவருன்னு" கேட்டேன். பாடையைச் சுமந்துட்டு வந்தவன், "இருநூறு வருஷம் இந்த நாட்டையே கட்டி ஆண்டவர், திடீர்னு செத்துப் போய்ட்டாரையான்"னு சொன் னான். எனக்குப் புரியலை. ஏட்டையா, "ஏலே மூதி. ஐயா கேக்க றாரு இல்லே. வெவரமா சொல்லேண்டா"ன்னு சப்தம் போட்டாரு. "அதாண்டா நம்ம பிரிட்டிஷ் ராஜா. அவர்தாண்டா செத்துப் பூட்டாருடா..."ன்னான். நாங்க புரிஞ்சுக்கிறதுக்குள்ள, பாடையைச் சுமந்து வந்தவங்க, "டேசன்லே" புகுந்து, துப்பாக்கியைத் தூக்கிக் கிட்டானுக. துப்பாக்கியைக் காட்டியே எங்களை அடைச்சு வைச் சுட்டானுங்க. சூப்பிரண்டு வந்து, எங்களை விடுதலை பண்ணாரு. சே. படுகேவலமாப் போச்சு."

வாழ்வில் முதல்முறையாக அதிர்ச்சியை அனுபவித்தாள் வனமல்லி. ஒரு போலீஸ்காரருக்கும்கூட இப்படி ஒரு அவமானம், சங்கடம் வருமா என்ன? அவள் கணவன், சாமான்ய ஜனங்களின் கையெட்டும் தூரத்திலா இருக்கிறான்? அவளுக்குக் கோபம் மட்டின்றி எழுந்தது.

"அந்த நாய்களைச் சுட்டுப் பொசுக்காமல் ஏன் வந்தீங்க? என்ன தைரியம் இருந்தா தெருவில போகிறவனும் வருகிறவனும் டேசனுக்குள்ளே புகுவாங்க?"

அவன் கையைக் கழுவிக்கொண்டு சொன்னான்.

"தப்பு. நீ நினைக்கிற மாதிரி, அவங்க தெருவில போகிறவங்க இல்லை வனமல்லி. பெரிய குடும்பத்துப் பிள்ளைக. அவங்க காங் கிரசுக்காரங்க. கோசல்ராம், அண்ணாமலை, எஸ். ராமனாதன், டாக்டர் அருணாசலம், பி.ஆர். ராமசாமி இவங்கல்லாம் தலை வருங்க. முன்னே எல்லாம், இவங்க ரொம்ப அகிம்சையா இருப்பானுங்க. இப்போ, காந்தியே அகிம்சையிலே நம்பிக்கை இல்லாமே பேசறதா சொல்றாங்க. என்ன இழவோ. ஜனங்க இந்தக்கும்பலைத்தான் ஆதரிக்கிறாங்க. அரசாங்கம்னாலே, எல்லாப் பயலும் பயம் போயி, வழிச்சுக்கிட்டு சிரிக்கானுங்க."

வனமல்லிக்குப் புரியாத விஷயம் ஒன்று இருந்தது. காலிகள், தெருப் பொறுக்கிகள், சோத்துக்குச் செத்ததுகள் இதுகள் எல்லாம் போராடினா சரி. பெரிய மனுஷாள், இது மாதிரியான கண்ணியம் அற்ற வேலைகளில் என்னத்துக்கு ஈடுபடுகிறார்கள்? புருஷனைக் கேட்டாள்.

வெற்றிலை போட்டுக்கொண்டே கோப்பையன் சொன்னான். "அவங்க, வெள்ளைக்கார துரைகளை அனுப்பிச்சுட்டு, இவங்களே ஊரை ஆளப்போறாங்களாம். சொதந்திரம் கேக்கிறாங்க, சொதந்திரம்."

வனமல்லிக்கு சிரிப்பாணி பொத்துக்கொண்டது. "இவங்க ஆளப் போறாகளாமா? இவங்க?"

அரசாங்க நாற்காலியில் தம் மனுஷாளைப் பொருத்திப் பார்க்கவே முடியவில்லை அவளுக்கு.

மறுநாளே, மூன்றாவது வீட்டு ராமக்காளிடம் போனாள் வனமல்லி.

"கேட்டியாக்கா சேதி. வெள்ளைக்கார துரைகளை அனுப் பிச்சுட்டு, நம்ம சனங்க ஆளப்போறோம்னு சண்டைபிடிக்குதாமே. என்ன வெட்கக்கேடு?"

ராமக்கா, தினம் சுதேசமித்திரன் படிக்கிறவள். அவள் கணவர் சோமையா, காந்தியை சபர்மதி ஆஸ்ரமத்திலேயே போய்ப் பார்த்த வர். அவள் சொன்னாள்,

"என்ன வெக்கக்கேடு வனமல்லி? நம்ம ராஜாக்கள்தானே ஆண்டாங்க? நம்ம மனுஷாளுங்கதானே நேத்துவரைக்கும் ஆண்ட

வங்க? இன்னிக்கு, சோப்பு சீப்பு விக்க வந்தவன் ஆளும்போது, நமக்கு என்ன குறை, நம்ம தேசத்தை நாம் ஆளாமே, பரங்கியனுக்கு விட்டுக்கொடுக்கிறது அவமானம் இல்லையா? உன் வீட்டுக்குள்ளே பக்கத்து வீட்டுக்காரி வந்து 'தர்பார்' பண்ணினா, நீ என்ன பண்ணுவே?"

"பழ முறத்தை எடுத்து நாலு சாத்துச் சாத்துவேன்."

"அதைத்தான், காந்தி பண்ணிக்கிட்டு இருக்காரு."

ராமக்காள் பேசுவதை வனமல்லியால் ரசிக்க முடியவில்லை. வெள்ளைக்கார எசமான்களை அனுப்பிவிட்டு, இந்த வேஷ்டியைத் தாறுமாறாகக் கட்டுகிற சனங்கள் ஆள்வதை, ஆளக் கனவு காண்பதைப் புரிந்துகொள்ள முடியவில்லை அவளால்.

"காந்தி செயிப்பாரா, அக்கா?"

"தேசமே அவர் பின்னாலே நிக்கறச்சே, வெள்ளைக்காரன் என்ன பண்ண முடியும்? கோடாலிக்கு முன்னாலே கீரைத் தண்டா?"

மண் வெடித்துத் திடுமென்று ஒரு ஜனக்கூட்டம் தோன்றுவதுபோல, ஒரு பெரும் திரள். சில நிமிஷங்களில், அந்தத் தெருவில் சேர்ந்துவிட்டது. இசைவாக, டேப் தங்கவேலு அங்கு பிரசன்னம் ஆகிப் பாடத் தொடங்கினார்.

"1942 ஆகஸ்டு மாதம் எட்டாம் தேதி பாம்பே காங்கிரசு மகாசபை கூடி வெடி அறிக்கை கொடுத்த சேதி மகாத்மா வெச்சாராம் வெள்ளையர்க்குக் கெடு தேதி.

கடலைப் பாருடா வெள்ளைக்காரா அதுல கப்பலைப் பாருடா வெள்ளைக்காரா மூட்டையைக் கட்டிட்டு நாட்டையும் விட்டுட்டு நடையைக் கட்டுடா கொள்ளைக்காரா." தொண்டர்கள் உற்சாகத்தில் "மகாத்மா காந்திக்கு ஜே" என்றார்கள். கொஞ்சம் கொஞ்சமாக கூட்டம் ஆயிரம் பேரைத் தொட்டது. ஊர்வலமாகக் கொடியைப் பிடித்துக்கொண்டு நடந்த தொண்டர்கள், காவல் நிலையத்தைக் கடக்க வேண்டி இருந்தது. எந்த நோக்கமும் இல்லாமல், உற்சாகம் காரணமாகச் சேர்ந்த கூட்டத்தைப் போலீஸ்காரர்களைத் தாக்க வருகிறார்கள் என்று நினைத்துச் சுட்டார்கள். தொண்டர்கள், காவல் நிலையத்தைக்கைப்பற்றி, பதினாறு துப்பாக்கிகளைக்கைப்பற்றினார்கள். இந்த வெற்றி தொண்டர்களுக்குப் பாதி இந்தியாவை ஜெயித்ததுபோலாகவே,

ஊர்வலம் மேலும் தொடர்ந்தது. முசாபரி பங்களாவின் எதிரே லோன் துரை, இரவு முழுக்கக் குடித்துச் சிவந்த கண்களுடன், கையில் துப்பாக்கியுடன் வழிமறித்துக்கொண்டு நின்றார். கூட்டத்தைக் கண்டதும், அவர் வெறி மிகுந்தார்.

"இந்திய அடிமைத்... மகன்களா. உங்களுக்கு என்னடா அத்தனை திமிர்." என்று ஆபாசமாகப் பேசத் தொடங்கியவர், சரமாரியாக வைதுவிட்டு, துப்பாக்கியைக் கூட்டத்தை நோக்கிக் குறிவைத்தார்.

வனமல்லி, ராமக்கா வீட்டுக்குப் போகும்போது, அங்கு ராமக்காள், பொம்மி, லட்சுமி எல்லோரும் இருந்தார்கள். மத்தியான வெயில் மாறி மேகம் கவிந்து மழைக்காற்று வீசிக்கொண்டிருந்தது, சீவிய இளநீர்க் காய்க் குளிர்ச்சி. பெண்கள் இவளைச் சரியாக வரவேற்காதது மாதிரித் தெரிந்தது வனமல்லிக்கு. இவளைப் பார்த்ததும் பாராதது மாதிரியுமாக, லட்சுமி சொல்லிக்கொண்டிருந்தாள்.

"ஆனாலும் இது ரொம்ப அக்குறும்புக்கா. விரல் நகத்துல ஊசி ஏத்தறதும், பொம்பளைகளை நிர்வாணமாக்கி, சொல்லவே அசிங்கமா இருக்கு. அந்தக் காரியங்கள்ளாம் பண்றாங்க போலீஸ் காரங்க."

"நம்மகூடப் பொறந்த பொறப்புகளை, வெள்ளைக்கார துரை பேச்சைக் கேட்டு, அட்டூழியம் பண்றாங்களே. இந்தப் படுவான் போலீசுக்காரனுக..." என்றாள் பொம்மி. தொடர்ந்து, "அவன்க கையைப் பாம்பு பிடுங்க" என்றாள்.

தூணில் சாய்ந்திருந்த வனமல்லிக்குச் சுரீர் என்றது. அவள் புருஷன் கையைப் பாம்பு ஒன்று பிடுங்கியதுபோல நினைத்து நடுங்கிப் போனாள்.

"என்ன பொம்மிக்கா. இப்படிச் சொல்றீக. வெள்ளைக்கார துரையைக் கொன்னுட்டா, சும்மா இருக்குமா, போலீசு? அவங்க கையை முறிச்சா என்ன, கட்டையிலே வச்சா என்ன?" என்றாள் வனமல்லி.

"லோன் துரை துப்பாக்கியைத் தூக்கிக்கிட்டு, ஒரு காரியமும் இல்லாமே சுட வந்தா, ஜனங்க கை பூப்பறிக்குமோடி? அதுக்காக, கைது பண்ணி, ஒருத்தன் மூத்திரத்தை ஒருத்தன குடிக்கச் சொல்றதும், வீடு பூந்து பொண்டுகளை நாசம் பண்றதும்,

அசிங்கம் பண்றதும் என்னடியம்மா நியாயம்? தூ... இது ஒரு பொழப்பாக்கும். இதைவிட நாண்டுகிட்டுச் சாகலாம்."

ஆக்ரோஷம் வந்துவிட்டது வனமல்லிக்கு.

"எம்புருசன், அந்த ஈனவேலை பண்ண மாட்டாருக்கா. யாரோ சில பேர்."

"சும்மா இருடி மூதி. கோர்ட்டு வாசல்லே வச்சு சனம் உதைச்சதே உம்புருஷனை. சும்மாவா? அத்தனை அக்குறும்பும் உன் ஆள்தான் செய்யறானாம். பாவம் அருணாசலம். பால்வடியற முகம், அந்தப் பையனுக்கு. பொம்பிளைகளை அடிச்சுத் துவைச்சு, அருணாசலம் தலையில சாணிக் கரைசலை ஊத்தச் சொன்னவன் உன் புருசன்தானாம். நீ ஒரு விவரம் கெட்டவ. ஊர் நடப்பு தெரியாதவ. பத்திரிகை படிக்கவும் தெரியாது. என்ன எழவோ, போ." என்றாள் ராமக்கா.

வீடு திரும்புகையில் கண் இருட்டிக்கொண்டு வந்தது வன மல்லிக்கு. கிருஷ்ணனையும் சுட்டுப் போட்டார்களாமே. கோர்ட்டு வாசலில் சுட்டு விழுந்து கிடந்த ஒருத்தன்; தாகம் தாகம் என்கிறபோது, தண்ணீர் எடுத்துக்கொண்டு போனான் கிருஷ்ணன்.

"போகாதே, சுட்டுடுவோம்" என்றார்களாம் போலீசார்கள். "சுடுடா..." என்று சட்டையை அவிழ்த்துக் காட்டினானாம் கிருஷ்ணன். தேசாபிமானமோ, மனிதாபிமானமோ கொஞ்சமும் இல்லாத இந்திய, தமிழ்ப் போலீசுக்காரர்கள் கிருஷ்ணனைச் சுட்டார்களாம்.

கிருஷ்ணன், வனமல்லியின் கல்யாணத்தில்கூட ஓடி ஓடி வேலை பார்த்தானே. அக்கா. அக்கா என்று இழைந்துகொண்டு நின்றானே. அவனையா சுட்டார்கள்.?

அன்று ராத்திரி, கோப்பையனைக் கேட்டாள் வனமல்லி.

"நிசம்தான். இந்தக் கோட்டிக்காரப் பயலுக்கு அங்கே என்ன வேலை? எவனோ தாகத்துல தவிச்சானாம். இவன் தண்ணீர் எடுத்துட்டுப் போகணுமா? அதுதான் சுட்டோம்."

நெருப்பைக் கொட்டியது மாதிரி இருந்தது வனமல்லிக்கு. "தவிச்சது மனுசங்க. தண்ணீ கொடுத்தது ஒரு பாவமா?"

"அதுக்குத்தான், ஜெயில்லே இருக்கிற பயல்களுக்குச் சிறுநீர் கொடுத்தேனே, இன்னிக்கு."

கோப்பையன் சிரித்தான். அருவருப்பில் உடம்பு சிலிர்த்தது வனமல்லிக்கு.

காலை அழகாகவே விடிந்தது. வழக்கம்போல வீட்டு வாசலில் வைத்த பவழமல்லி மேல் ஒட்டிக்கொண்டிருந்த பனிநீர், முத்துபோலத் திரண்டு இலை காதாகவும் முத்து கம்மலாகவும் காட்சி அளித்தது வனமல்லிக்கு. மனம் சந்தோஷமாக இருந்தது. குழி ஆப்பம் பண்ணி காலைப் பலகாரம் தந்து கோப்பையனை அனுப்பி வைத்தாள். தலைக்கு முட்டை எண்ணெய் வைத்துக்கொண்டு, கம்மல், மூக்குத்திகளைக் கழற்றிவைத்துவிட்டுக் குளித்தாள். கொடியில் காய்ந்த சேலையை உடுத்திக்கொண்டாள். வாசலில் வீழ்ந்த வெயிலில் நின்றுகொண்டு கூந்தலை உலர்த்திக்கொண் டிருந்தாள்.

லட்சுமி உள்ளே ஓடி வந்தாள்.

"ஐயோ. கொடுமையை எப்படிச் சொல்றதுடி."

"என்னக்கா, என்ன" பதறிப்போனாள் வனமல்லி.

"நம்ம ராமக்காவை போலீசு இழுத்துக்கிட்டுப் போயிடுச்சாண்டி."

"அக்காவை எதுக்கு?"

"மாமாவைப் பார்க்க காங்கிரசு ஆபீசுக்குப் போயிருக்கு அக்கா. அப்போ, மாமாவைக்கைது பண்ண போலீசு வந்திருக்கு. அங்க இருக்கவும், ஒரு போலீசுக்காரன் அக்காகிட்டே ஏதோ தப்பா நடந்திருக்கான். அக்கா அங்கிருந்த ஒரு செருப்பை எடுத்து அவனை அடிச்சிருக்கு. அக்காவைக்கையையும் காலையும் கட்டிப் போட்டு, துணி இல்லாமே அடிக்கிறாங்களாம் டேசன்லே."

உடம்பே பற்றிக்கொண்டு எரிவது மாதிரி இருந்தது வனமல்லிக்கு. தலையை முடிந்துகொண்டு, வீட்டையும் சாத்தித் தாழ் போடாமல், தெருவில் இறங்கி ஓடினாள். டேசன் வந்துதான் அவளுக்குத் தெளிவு வந்தது. காவல் இருந்த போலீசுக்காரன், "யாரும்மா நீ" என்றான். உள்ளிருந்து அலறல் சப்தம் கேட்டுக்கொண்டே இருந்தது.

"கோப்பையன் சம்சாரம்."

"உள்ளே போ. ஆனா, நிலைமை சரி இல்லையே."

அவன் சொல்லிக்கொண்டிருக்கும்போதே, உள்ளே நுழைந்தாள். தோட்டத்துப் பக்கம் இருந்து சப்தம் வந்துகொண்டிருந்தது. அங்கு ஓடினாள். சுற்றி போலீஸ்காரர்கள், தடிகளுடன் ஒரு யுத்தமே

நடத்திக்கொண்டிருந்தார்கள். நாலு ஆண்கள், அதில் மாமா இருந்தார். மூன்று பெண்கள் பிறந்த மேனியுடன் கைகள் கால்கள் கட்டப்பட்டு தரையில் கிடந்தார்கள். ஆண்களும் அவ்விதமே இருந்தார்கள். கண்ணைப் பிடுங்கிக்கொள்ளலாம்போலக் கூசிப் போனாள் வனமல்லி.

கும்பலாக, "செல்லத்துரை எங்கடி? எங்க ஒளிச்சு வச்சிருக்கீங்க அவனை? ஜெயிலை உடைச்சியா அண்ணாமலையை விடுதலை பண்றிங்க" என்று ஆள் ஆளுக்குக் கேட்டபடி, ஆண்களையும் பெண்களையும் அடித்துத் துவம்சம் செய்துகொண்டிருந்தார்கள், காவலர்கள்.

அக்கா முகமெல்லாம் ரத்தக் குழம்பாக, இவளைப் பார்த்து விட்டாள்.

"வனமல்லி" என்று அலறினாள். "ஐயோ அக்கா" என்று மார்பில் அடித்துக்கொண்டு அழுதாள் வனமல்லி. அவள் அருகில் விழித்துக்கொண்டு நின்ற கோப்பையனைக் கண்டாள் வனமல்லி.

"இது என்ன அநியாயம். இதுதான் நீங்க செய்யற தொழிலா? இந்தச் சம்பளத்தை வாங்கியா நாம் சாப்பிடறோம்" என்று தலையில் "மடேர் மடேர்" என்று அடித்துக்கொண்டாள் அவள்.

சூழலே வனமல்லியைப் பார்த்துக்கொண்டு நின்றது. திடுமென ஏற்பட்ட அதிர்ச்சியில் உறைந்தது.

"உஸ். இதெல்லாம் அதிகாரி பண்ணச் சொல்றது. நான் என்ன பண்ணட்டும் வனமல்லி" என்றான் குற்ற உணர்வோடு கோப்பையன்.

"நீங்க ஒரு நாணயமான மனுஷனா இருந்தா, இப்பவே இந்தக் காக்கிச் சட்டையைக் கழற்றிப் போடுங்க. தூக்கி எறிங்க அந்தத் தடியை. நாலு வீட்டுல பத்துப் பாத்திரம் தேய்ச்சு உங்களை நான் காப்பாத்தறேன்."

"நீ வீட்டுக்குப் போ. இங்க எதுக்கு வந்தே?"

அவன் சட்டென்று தன்னைச் சுதாரித்துக்கொண்டு நின்றான். கோபம் அடைந்தான்.

"வனமல்லீ" என்ற, அக்காவின் குரல் கேட்டு, தன் நிலைக்கு வந்தாள்.

"அக்கா" என்றபடி தன் புடைவையை உருவி அக்காவையும் இதர பெண்களையும் போர்த்தினாள். தன் கணவனைப் பார்த்துச் சொன்னாள்,

"அவங்க கட்டுகளை அவிழ்த்து விடுய்யா. முதல்ல, அவங்க புடைவையைக் கொடு. தாயைப் பெண்டாளறிங்களாடா, பாவிகளா..." என்றாள். அனிச்சையாக, தன் கைகளைக் குறுக்காக வைத்துக்கொண்டு.

வெள்ளைக்காரனான அதிகாரி ஒருவன், "கிக் அர் அவுட்" என்று கத்தினான்.

கோப்பையன், கொத்தாக அவள் கூந்தலைப் பற்றி நெட்டி, வாசல் பக்கமாகத் தள்ளினான்.

"என் மானத்தை வாங்கறியே. என் பொண்டாட்டியா, நீ. நாயே..."

"இல்லை. நான் உன் பெண்டாட்டி இல்லை. எனக்கு ஆம்படையானா இருக்க, உனக்கு என்ன யோக்யதை இருக்கு? பொம்பிளை மானத்தை வாங்கறியே. உனக்கு நான் உலைவைப்பனா? ஆக்குவேனா? முந்தானை விரிப்பனா, நீயும் ஒரு பொம்பிளை கிட்டே பிறந்தவள்தானேடா, ஐயோ. இப்ப சொல்றேன், கேளு. இந்த வேலையை விட்டுட்டு மனுசனா வந்தியானா நான் உனக்குப் பொண்டாட்டி, இல்லைன்னா என் ஜென்மம் தீர்ற மட்டும் உன்னை நான் தீண்ட மாட்டேன். இது சத்தியம். இது சத்தியம்."

மயக்கமுற்று தரையில் சரிந்தாள் வனமல்லி.

2011

பங்காளிகள்

சிட்டுக் குருவி, பட்டு ரோஜா - இவை இரண்டினில் எதை ஆதரிப்பது எதை நிராகரிப்பது என்பது எனக்கு ஒரு பிரச்சினையாயிற்று.

ஒரு சிட்டுக்குருவியின் உயிருக்கும், ஒரு பட்டு ரோஜாவின் உயிருக்கும், ஒரு மனிதனாகிய என் உயிருக்கும் அடிப்படையில் ஏதேனும் வித்தியாசம் இருக்கிறதா? இல்லை. நாங்கள் மூவருமே பூமியின் சம பங்காளிகள். இது எனக்குத் தெரிகிறது. ஆனால் அந்தச் சிட்டுக் குருவிக்கு இது தெரியவில்லையே. அனாவசியமாக ஒரு பாவமும் அறியாத பட்டு ரோஜாக்களை அது கொன்று போட்டுக்கொண்டிருந்தது.

மரங்கள் அடர்ந்த இந்தப் பகுதிக்கு நாங்கள் சமீபத்தில்தான் குடி வந்தோம். சின்ன டைரி மாதிரி அடக்கமான வீடு. எனக்கும் சுமதிக்கும் இரண்டு குழந்தைகளுக்கும் இது அரண்மனை. வைகறையில், ஜன்னல்களின் குறுக்குக் கட்டைகளிலும் சிமெண்ட் மறைப்பு மேலும் அமர்ந்து காக்கைகளும், சிட்டுக் குருவிகளுமே எங்களை வாடிக்கையாகத் துயில் எழுப்பும். கடூரமான கார், பஸ், லாரி ஹாரன்களைக் கேட்டுக் கேட்டுப் புண்பட்ட காதுகளுக்குப் பறவை இரைச்சல் இதமான வெந்நீர் ஒத்தடம்.

அடுப்புப் பலகாரம் பெரும்பாலும் எங்கள் வீட்டில் இட்டிலியாகத்தான் இருக்கும். இட்டிலி மாவில் தோசைகூடச் சுடலாம் என்று ஒரு வித்தியாசம். தேவை கருதிப் பெரியோர்கள் வகுத்திருக்கிறார்கள். விதவிதமான ருசியை அவாவுதல்தானே மனித

இயற்கை. ஆனால், சுமதிக்கு ஏனோ தோசை வார்ப்பது சங்கடம் தருகிற காரியம். "இன்னைக்கு தோசை பண்ணக்கூடாதா?" என்று நான் கேட்டுவிட்டேன் என்றால் போச்சு. ஏதோ பாவ காரியத்தைச் செய்யச் சொன்னதுபோல் அவள் திடுக்கிட்டுப் போய்விடுவாள்.

பரபரவென்று இரண்டு ஈடு இட்டிலியை சைபர் சைபராகச் சுட்டு இறக்கிவைத்துவிட்ட பிறகுதான் அவளுக்கு அந்தக் காலைப் பொழுது ரம்மியமாகும். ஒரு மந்தகாசம் அவள் முகத்தில் தவழும். சுட்டு முடித்த பிறகு முதல் இட்டிலியை துண்டுத் துண்டாய் பிய்த்துக் காக்கைக்குப் போடுவாள். பசித்துக் காத்துக்கொண்டிருக்கும் அந்த ஜீவன்கள் இட்டிலியைத் தின்று பசியாறித் திருப்தியுடன் அகலும். அப்புறம் சிட்டுக்குருவிகள் தயங்கித் தயங்கி வந்து சாய்வாகத் தலையைச் சாய்த்து அவளைப் பார்க்கும். அவற்றுக்கு என்று ராத்திரியே எடுத்து வைத்த பழைய சோற்றில் ஒரு கைப்பிடி எடுத்து இறைப்பாள். அவை கொத்திக்கொண்டு ஓடும்.

"ஏங்க."

"என்ன?"

"டிரான்சிஸ்டர் வாங்கி வந்தீங்களே ஓர் அட்டைப் பெட்டியில் போட்டு, அந்தப் பெட்டி பரண்ல இருக்கு. கொஞ்சம் எடுத்துக் கொடுக்கறீங்களா?"

"எதுக்கு இப்போ அது?"

"பாவம் அந்தச் சிட்டுங்க, சுத்திச் சுத்தி வருது. நேத்தெல்லாம் எங்க எங்க இருந்தோ சணல், காய்ந்த புல்லு, செத்தை, குச்சின்னு எதை எதையோ பொறுக்கிட்டு வந்து பரண்ல சேர்த்து வைக்குதுங்க. நாமே அதுங்களுக்கு ஒரு கூண்டு செஞ்சு கொடுத்துட்டா என்ன? அதுக்குத்தான்."

ஸ்டுலைப் போட்டு நான் மேலே ஏறிப் பார்க்க வேண்டும். "இங்க வந்து என் பக்கத்திலே நில்லு."

"எதுக்கு."

"உன் தோளைப் பிடிச்சிட்டுத்தான் ஸ்டூல்ல நிக்கணும். வழுக்கி விட்டுடும்பா"

"ஐய... சீ...!" அவளுக்கு ஒரே வெட்கம்.

"உன்னை லவ் பண்ணக் கூப்பிடல்லேம்மா, கொஞ்சம் ஒத்தாசை பண்ணத்தான்."

பரணில், இப்போதைக்குத் தேவையில்லை என்று போட்டு வைத்திருந்த என் ஷூக்கள், சிட்டுக்களுக்குக் கூண்டாகி இருந்தன. ஷூக்களின் உள்ளே நிறையப் புற்கள், குச்சிகள் என்று குவிந்திருந்தன.

எனக்குப் பக்கென்றது. நூற்று ஐம்பது ரூபாய் ஷூக்கள்.

"பரவாயில்லை, அப்புறமா எடுத்துக்கலாம்" என்றாள் சுமதி.

"செருப்பு இன்னிக்கோ நாளைக்கோன்னு இருக்கு சுமதி. ஷூவை எடுக்கலாமா?"

"உஸ்... அதைத் தொடாதீங்க அதுங்க பயந்துடும்."

நான் அவற்றைத் தொந்தரவு செய்துவிடக்கூடாது என்கிற முன் ஜாக்கிரதையோடு, அந்த அட்டைப் பெட்டியை எடுத்தேன். அப்படியும் அரவம் கேட்டு, ஒரு சிட்டு சிடுக்கென்று என் காதோரம் பறந்துபோய், ஜன்னல் கட்டையில் உட்கார்ந்து என்னைப் பார்த்தது.

அதற்குக் கோபம் வந்திருக்கக் கூடும். நியாயம்தானே. நம் வீட்டிற்குள் அந்நியன் அனுமதியின்றி வந்தால் நமக்குக் கோபம் வராதா?

அந்த அட்டைப் பெட்டியில் ஒரு பழைய ஒற்றை ரூபாய் அளவுக்குத் துளை செய்து, பாத்ரூமுக்கு எதிரில் பத்திரமாய் இருக்க வைத்தோம்.

சிட்டுகள் தங்கள் இருப்பிடத்தை அட்டைப் பெட்டிக்கு மாற்றிக்கொண்டன. அந்தச் சில நாட்கள் அவற்றின் இயக்கத்தை நான் கவனித்தேன்.

அடடா! ஆணும் பெண்ணுமாக அந்த ஜோடி தங்கள் வீட்டைத் தயார் பண்ணிக்கொள்ளும் சுறுசுறுப்பும், நேர்த்தியும் தங்கள் வீட்டுக்குள் வர இருக்கும் புதிய வரவுக்காக, தங்கள் குழந்தைகளுக்காக, அந்தப் பெற்றோர்கள் எடுத்துக்கொள்ளும் தாய்மை நலம் கனியும் அந்த அன்பு சுரக்கும் நெஞ்சங்கள் என்னை மிகவும் கிளர்த்தின. இவை உயிர் சுழற்சியின் உன்னதமான வெளிப்பாடு. சிட்டுகளே! உங்களுக்கு இதைக் கற்றுக் கொடுப்பது யார்? இந்த உள் உணர்ச்சியைத் தூண்டியது எது?

அவை சாப்பிட்டனவா? ஓய்வு எடுத்துக்கொண்டனவா? தெரியவில்லை. ஓய்வு ஒழிச்சல் இல்லாமல், தங்கள் சின்னஞ்சிறிய வாய்களில் ஏதேனும் புற்களை, குச்சிகளைக் கவ்விக்கொண்டு

வருவதும் அட்டைப் பெட்டிக்குள் விட்டுச்செல்வதுமாக இருந்தன. 'கீச் கீச்'சென்று கத்திக்கொண்டே இருக்கும் சத்தம் இடையறாது கேட்டுக்கொண்டே இருந்தது.

விடுமுறை வந்தது. விடுமுறை என்றதும் குழந்தைகளுக்குத் தாத்தா வீடுதானே ஞாபகத்துக்கு வரும்? எங்கள் குழந்தைகளையும் தாத்தா வீட்டில்விட்டு வர நாங்கள் போயிருந்தோம். வரும்போது சுமதி, ரொம்ப நாளாகச் சொல்லிக்கொண்டிருந்த பட்டு ரோஜாச் செடியும், துளசிச் செடியும் கொண்டுவந்திருந்தாள்.

பட்டு ரோஜாக்கள் வெயில் விரும்பிகள். எவ்வளவுக்கெவ்வளவு வெயிலைத் தின்கின்றனவோ, அவ்வளவுக்கவ்வளவு பூக்களாய் உதிர்ப்பவை. எங்கள் வீட்டில் வெயில் வரும் இடம், பாத்ரூமுக்கு முன்னும், குருவிகளின் அட்டைப் பெட்டிக்குக் கீழேயுமாகத்தான் இருந்தது.

எனவே, அட்டைப் பெட்டிக்குக் கீழேயே ஜாடிகளில் அந்த ரோஜாச்செடியையும் துளசிச் செடியையும் ஜாடிகளில் நட்டு வைத்தோம்.

"சிட்டுங்க குஞ்சு பொரிச்சாச்சு." என்று ஒருநாள் மாலை, நான் அலுவலகம்விட்டுத் திரும்பியதும் என் மூத்த மகன் சொன்னான். சிட்டுக்களின் ஒவ்வொரு அசைவையும் கூர்மையாகக் கவனித்து எங்களுக்குச் சொல்பவன் அவன்.

"அப்பா... அந்தக் குஞ்சுகளை நீ பார்க்கணுமே! ஐயோ, செக்கச் செவேலென்று, சிவப்புத் திராட்சைப் பழம் மாதிரி இருக்கு. நான் பாத்ரூமுக்குள்ளே ஒளிஞ்சுக்கிட்டுப் பார்த்தேன். யாரும் இல்லேன்னு தெரிஞ்சதும் அந்தக் குஞ்சுங்க வெளியே வந்து சந்து வழியாப் பாக்குதுப்பா. ஆ ஆன்னு வாயைத் திறந்துகிட்டு நிக்குது. பெரிய சிட்டுங்க வந்து அதுங்க வாயில என்னமோ ஊட்டுதுப்பா."

சுமதி கடுகடுத்துப்போய் இருந்தாள்.

அவள் ஆசையாக ஊரிலிருந்து எடுத்து வந்து நட்ட துளசிச் செடியைச் சிட்டுக்கள் கொத்திப் போட்டிருந்தன. சின்னத் தளிர் அது. நான் ஜாடிக்கு அருகில் நின்று கவனித்தேன். துண்டாக இரண்டுபட்டுக் கிடந்தது அந்தத் துளசிச் செடி.

"என்ன அநியாயம்! இன்னிக்குக் காலைலதாங்க பட்டு ரோஜா பூத்துச்சு. காலைல பாத்தவ, பத்து மணிக்கு நீங்க ஆபீசுக்குப் போனதும், குளிக்கலாம்னு இங்க வந்தா... பூவைக் காணோம். அத்தோட, அந்தப் பட்டு ரோஜாக் கிளையைக்கூடக்

கடிச்சு வச்சிருக்கு" என்றாள் சுமதி. அவள் குரலில் ஆழ்ந்த விசனம் தொனித்தது.

பட்டு ரோஜாச் செடிகளின், அருகம்புல் மாதிரியான இலையையும் கொத்தி மொட்டையாக்கி விட்டிருந்தன சிட்டுக்கள்.

நான் ஜன்னல் கட்டையைக் கவனித்தேன். குருவிகள் மிகச் சாதுவாக கீச்கீச் என்று என்னவோ சொல்லிக்கொண்டு உட்கார்ந்திருந்தன. தான் செய்தது என்னவென்றே அறியாத ஜீவன்களாய், உயிரை அழித்துவிட்டு உட்கார்ந்திருந்தன அவை. மூக்கும் பலமும் மட்டுமே இருக்கிற காரணத்தால், சிட்டுக்கள் பட்டு ரோஜாக்களைக் கொன்று போட்டிருந்தன.

"என்னங்க பண்ணலாம்?"

எனக்கு ஒன்றும் தோன்றவில்லை. அறிவால் இந்தப் பிரச்சினைக்குத் தீர்வுகண்டுவிட முடியாது.

"கூண்டைப் பிரிச்சு எறிஞ்சுடுவோமா?" என்றாள் சுமதி.

செய்யலாம். கூண்டைப் பிய்த்து எறிந்தால் செடிகள் பிழைக்கும். ஆனாலும் பறவைகள் என்ன பண்ணும்? இன்னும் இறகு முளைக்காத அந்தக் குஞ்சுகள் காக்கைகள், பருந்துகளுக்குப் பட்சணமாகி விடுமே.

"செடியைத் தெருவில் வைக்கலாமா?"

"மாடு மேயும். பையன்கள் கை சும்மா இருக்குமா?"

சுமதிக்கு அந்தச் சிட்டுக்களின்மீது ஏராளமான எரிச்சல்.

இந்தச் சனியன்களுக்குப் போயி இடம் குடுத்தேனே?" என்று காய்ந்தாள்.

"பாவம் அதுங்களுக்கு என்ன தெரியும்?"

"நீங்க சும்மா இருங்க. உங்களுக்கு ஒன்றும் தெரியாது" என்று என்னைக் கடிந்துகொண்டாள்.

நான் அமைதியாகிவிட்டேன். யோசிக்கும்போது விஷயம் தெளிவாயிற்று. குருவிகள் இருக்கும்வரை எங்கள் செடி வளராது.

ஒருநாள் என் மகன் சொன்னான், "அப்பா, சிட்டுங்க எல்லாம் பறந்துபோயிடுச்சி. கூண்டு காலி"

நான் கூண்டை எடுத்து உதறினேன். குப்பைகள் கீழே விழுந்தன. தூசு தட்டிப் பெட்டியைப் பரணில் வைத்தேன்.

சுமதி மீண்டும் செடி வைக்கும் முயற்சியில் இறங்கினாள். இப்போது அவளுக்கு எந்த எதிரிகளும் இல்லை.

பட்டு ரோஜா குழந்தையின் கன்னங்களைப்போல, எவ்வளவு அழகாகப் பூக்கிறது! குடிக்கும் தண்ணீரில் துளசி எப்படி மணக்கிறது!

1987